ந. கோபி.

நத்தைகளைக் கொன்ற பீரங்கிகள்

தடாகம்

நத்தைகளைக் கொன்ற பீரங்கிகள்◆ஆசிரியர் : ந.கோபி◆உரிமை:ஆசிரியருக்கு◆முதற்பதிப்பு: ஏப்ரல் 2016◆வெளியீடு:தடாகம், 112, திருவள்ளுவர் சாலை, திருவான்மியூர், சென்னை-600041◆பேசி: 044-43100442 | 89399 67179◆இணையதளம்:thadagam.com◆மின்னஞ்சல்:editor.thadagam@gmail.com◆நூல் வடிவமைப்பு : மெய்யருள்◆

விலை ரூ.60/

ISBN : 978-81-932691-5-2

நத்தைகளைக் கொன்ற பீரங்கிகள்

ந.கோபி

மாற்று திரைப்படத்திற்கான முன்னெடுப்பை தொடர்ச்சியாக எடுத்து வருகிறார். பண்பாடு, கலை, இலக்கியங்களில் ஆர்வம் செலுத்தி வருவதுடன், தொடர்ச்சியாக சிற்றிதழ்களில் கதைகள், கட்டுரைகளை எழுதிவருகிறார்.

மனைவி, மகள் மற்றும் மகனுடன் தற்போது சென்னையை அடுத்துள்ள மீஞ்சூரில் வசித்து வருகிறார்.

முன்னுரை

கருவேல முட்புதர்களால் மண்டிக் கிடக்கின்ற தலித் மக்கள் குடியிருப்புகளும்... விளிம்பு நிலை மக்களின் வாய்மொழி இலக்கியமும்...

இக்கதை 1970களின் பின்னால் இருந்து தொடங்குகிறது. ஆனால், இதில் கூறப்படுகின்ற சம்பவங்களின் நீள் தொடர்ச்சி பல நூற்றாண்டுகளுக்கு மேல் பழமைக் கொண்டது. பழம்பெரும் வணிகதளமான பழவேற்காடு எனும் உப்பு நிலத்திலிருந்து துவங்கி பல இலட்சம் ஏக்கர் (விவசாய) நிலங்களாக பரந்து விரிகின்ற இவ்வுடமைகளின் மீது உரிமைக் கொண்ட ஆதிக்க சாதியினரின், நீண்டு அகன்று கட்டமைக்கப்பட்ட பெரிய பெரிய தெருக்களைக் கொண்டு வரிசையாக கட்டப்பட்டிருக்கின்ற பெரிய கட்டிடங்களிலிருந்து வெகு தொலைவுக்கு அப்பாற்பட்டு கருவேல முட்புதர்களால் மண்டி கிடக்கின்ற கரம்பு முழுக்க திட்டுத் திட்டாய் ஆங்காங்கே காலனிகள்...

காலனி முழுக்க தலித் மக்கள்...

ஆண்கள், பெண்கள், குழந்தைகள்...

கூட்டம் கூட்டமாக குடிசைகளில் இருத்தப்பட்டு...

ஊர்த் தெருக்களின் கண்காணிப்பிற்குள் ஒருங்கிணைக்கப் பட்டிருக்கின்றன. இக்ண்காணிப்பின் தீவிரம் தெரியாமல் வாக்குச் சாவடியின் வரிசையிலும் திரையரங்குகளின் வாசல்களிலும் நின்றுகொண்டிருக்கின்றனர்.

தம் வாழ்வில் எவ்வித இலக்கையும் ஏற்படுத்திக்கொள்ள இயலாத அளவிற்குச் செயல்படும் ஊர்த் தெருவின் உற்பத்திக் கால வேலைத் திட்டத்தோடு தன் வயிற்றுப்பாட்டை இணைத்துக்கொண்டு தலித் மக்கள், கண்ணுக்குத் தெரியாத அடிமை வலையில் உழன்றுக் கொண்டிருந்தனர்.இத்துயரத்தின் மறதியிலிருந்து விலகி மறக்க முடியாத வடுக்களை வாய்வழிக் கதையாய் பேசிக் கொண்டே செல்கிறேன். சாதி என்ற ஒன்று இல்லை என விவாதிக்க பெரிய ஆதாரங்கள் தேவையில்லை. சாதி இருக்கிறது என்பதற்கு சாதிய இருப்பை பேணுகிறவர்களிடமும் ஒரு ஆதாரமும் இல்லை.

ஆதாரமற்ற ஒன்று பல தலைமுறையின் நினைவின் வழியாகவே கடத்தப்பட்டு வருகிறது. நினைவின் வழியாக ஏற்படுகின்ற புறச்

சூழல்கள் சாதியக் கருத்தின் மீது பெரும் தோற்றத்தை ஏற்படுத்திவிட, அத்தோற்றம்தான் 'சாதி' என்பதை நம்பும் அளவிற்கு சாதியை பின்பற்றும் அதன் அடுத்தடுத்த தலைமுறையினரிடம் ஏற்படுத்தி இருக்கிறது.

தொடர்ச்சியாக புறச்சூழலை கட்டமைப்பதில் சாதி அதற் குண்டான தகுந்த வேலைத்திட்டத்தை, உயிரினங்களின் பரிணாம வளர்ச்சிக்கு இணையாக பெற்றிருக்கிறது. அதே சமயம் முதலாளியத் தின் பல்வேறு உற்பத்தி மாற்றங்களின் வளர்ச்சியால் இயந்திரமாகவும் வடிவம் பெற்றுள்ளது.

அந்தவகையில், இக்கட்டமைப்பை தகர்ப்பது என்பது பெரும் சவாலான வேலையாகத்தான் இருக்கும். எந்த ஆதாரமும் இல்லாத ஒரு செயல், அதை தகர்ப்பதில் பெரும் சவாலை எதிர்கொள்ளுமளவிற்கு தகுதியைப் பெற்றுவிட்டது.

தலித் மக்களை இந்நெருக்கடியில் இருந்து பாதுகாப்பது என்பது எளிதானது அன்று. ஆனால், பாதுகாத்தே தீரவேண்டும். அதற்கான வேலைத்திட்டம் துவங்கப்படவேண்டிய இடத்தில் தலித்துக்களும், இடதுசாரிகளும், பௌத்தர்களும், பகுத்தறிவாளர்களும், மனித உரிமை செயற்பாட்டாளர்களும் இருக்கின்றனர்.

இக்கதையில் இடம் பெற்றிருக்கின்ற சம்பவங்கள் அனைத்தும் இன்றும் அப்படியே தொடர்ந்துக் கொண்டிருக்கிறது. ஆனால், இன்று அது வேறு வடிவம் பெற்று இருக்கிறது. இந்த வடிவ மாற்றத்தை தலித்துக்கள் தற்காலிக விடுதலைக்கான வழியாக நம்பி இருக்கின்றனர். அடுத்த படைப்பின் கருப்பொருள் அதுவாகவே இருக்கும் என நம்புகிறேன்.

உரையாடல் வடிவத்தையே கதையின் முழுவடிவமாக எழுதியதைப் படித்துப் பார்த்த நண்பர்கள் சிலர், உரையாடல் பகுதியை தவிர, மற்றப் பகுதிகளை மாற்றியமைக்க கூறினர். இக்கதை என் நினைவின் வழியாகவே தொடர்ச்சிப் பெற்று வருவதால் ஓர் வரிசைக்குள் அடங்காமல் முன்னும் பின்னுமாக சம்பவங்கள் மாறுபடும். சம்பவங்கள் மாறுபட்டாலும் வாய் வழியாக பதிவு செய்யப்படுகின்ற வட்டார உரையாடலை அது ஒருப்போதும் இழக்காமல் இருப்பதற்கான அலங்காரமாக அம்மக்களின் மொழி ஆளுமை இருக்கும்.

இக்கதையின் முதல் இலக்கு வட மாவட்டத்தின் பழவேற்காட்டைச் சுற்றி அமைந்துள்ள இக்கிராம மக்களின் வட்டார மொழியை பதிவு செய்வது/பதிவின் வழியே வாழ்வை விவரிப்பது. இவ்விரண்டையும் வாய் வழி இலக்கியமாகவே ஓர் நினைவுத்தடத்தின் மீது அமர்த்துவது என்பதாகவே இப்பிரதி அமைந்துள்ளது.

இப்பிரதியைப் படித்துவிட்டு உடனே நூலாகக் கொண்டு வரவேண்டும் என்பதில் மிகவும் அக்கறைக் கொண்டு இறுதி வரை கடுமையாக உழைத்த காடு இதழின் ஆசிரியர் தோழர் ஏ.சண்முகானந்தம் அவர்களை மறக்க முடியாது. அவருக்கு என் நன்றி.

அடுத்து, பல்வேறு ஆலோசனைகள் தந்து நாவலை செழுமைப்படுத்திய புதுவை கண்ணன் அவர்களுக்கும், பல்வேறு கருத்துக்களை கூறி நாவலை செழுமைப்படுத்த துணை நின்ற என் அன்பிற்குரிய தோழர் பகத்சிங் அவர்களுக்கும் என் நன்றி.

இந்நாவல் வெளிவருவதற்கு பெரும் காரணமாக இருந்த தடாகம் பதிப்பகத்தின் தோழர் ப.அமுதரசன் அவர்களையும், அவரின் உதவிகளையும் மறக்க இயலாது. என் மீது அவர் கொண்ட அக்கறை அளவிட முடியாதது. அதை இக்கதையையும் கடந்து, இக்கதையில் இடம்பெறும் மனிதர்கள் மீதும், அவர்களின் மொழி மீதும் கொண்ட அக்கறையாகவே கருதுகிறேன். இச்சமயத்தில் அவருக்கும் என் நன்றி.

இந்நாவல் வெளிவரும் சூழலில், பெருமரமாகவும், குளிர் நிழலாகத் துணை நிற்கும் என் துணைவியார் அலமேலு அவர்களுக்கும் என் நன்றி. பல்வேறு பணிக்கிடையில் கேட்ட நேரத்தில் தட்டச்சு, பிழைதிருத்தம் என இந்நாவலுக்கு வேண்டிய பல உதவிகளைச் செய்த என்னுடைய மகன் பொன் தமிழனுக்கு நன்றிச் சொல்வது கடமையாகாது. என் பொருளாதாரக் கடினங்களைப் பற்றி எந்தவித கவலையும் இல்லாமல் இந்த நொடி வரை என்னை பாதுகாத்துக் கொண்டிருக்கும் என் இனிய தோழர்கள் இலந்தனூர் க.நந்தா, ஓவியர் சு.முனிவேல், பொறியாளர் சு.நாதன் ஆகியோர்க்கு நன்றி சொல்வது கடமையல்ல என்றே கருதுகிறேன். இந்நாவலின் மூலம் கிடைக்கப் பெறுகின்ற அனைத்துப் பெருமைகளும் என் இனிய தோழர்களையேச் சேரும்.

நூலை சிறந்த முறையில் வடிவமைத்த தோழர் மெய்யருளுக்கும் என் நன்றியைத் தெரிவித்துக் கொள்கிறேன். விவாதங்கள் இன்றி கருத்துக்கள் செழுமையடையாது. அந்தவகையில், இந்நாவலுக்கு அனைத்து தரப்பில் இருந்தும் ஆரோக்கியமான விவாதங்களை எதிர்நோக்குகின்றேன்.

தோழமையுடன்

ந.கோபி,

மே, 2016.

பௌத்த பெரியார்
மு.சுந்தரராசனார்
காட்டூர் சிவலிங்கம்
அவர்களுக்கு...

நத்தைகளைக் கொன்ற பீரங்கிகள்

'யப்பா இதுவாப்ப நத்த அம்மா வரைஞ்சி குடுத்துச்சி..."

என் பொண்ணு ஆதிரை, வரைர நோட்டை காட்டுனா, என் பொண்டாட்டி சங்கு சக்கர பட்டாசை நிமித்தி வச்சதுமாதிரி நத்தையை வரைஞ்சியிருந்தா... நான் என் பொண் டாட்டிய கூப்ட்டேன்,

'ஏம்மா நத்தை உனக்கு இப்படித்தான் இருக்குமா, எந்த ஊர்ல நத்தைங்க சங்கு சக்கரம் மாதிரி உருண்டு உருண்டு போவும்..."

'என் ஞாவத்துல்ல இருந்த வரைக்கும் வரைஞ்சேன், நான் இன்னா நத்தய நேர்ல வச்சிக்குனா வரைஞ்சேன்..."

'காக்காவாக்கத்தில் வாழப்போன சரசா பேசற மாதிரி பேசற"

'சரசா இன்னா பேசிச்சி... உன் அத்த பொண்ண பத்தி டெய்லி ஒரு தடவயாவது உனக்கு பேசனமே பேசு பேசு..."

'கல்யாணம் ஆன மொத ராத்திரி அன்னைக்கு, நெல்லு எந்த மரத்துல காய்க்கும்ன்னு அவ ஊட்டுக்காரன்கிட்ட கேட்டுச்சாம்."

'யே ச்சீ!!! லூசு, இப்ப நீ என்ன நத்தயா சாப்பிட்டுக்குன்னு இருக்குற, உண்மையாவே எனக்கு நத்தைக்கனவு கண்ட மாதிரி இருக்குதுப்பா."

ஊர உட்டு வந்து 10 வருசத்துக்கு மேல ஆனாலும் நத்த சாப்பிடுற பயக்கம் (பழக்கம்) எனக்கு மட்டுமில்ல ஊர்ல இருக்குறவங்களுக்கும் அறவே இல்லாம போச்சி... ஆனா நத்த என் புத்தியில்ல ஒரு மூக்கு இல்லாத பச்சக்கிளியாட்டம் பறந்துக்குன்னேயிருக்கும்... ஏரி மதகுமேல கூட்டகூட்டமா ஊறுற நத்த ஒடுங்கமேல பாசி படந்துனு யிருக்குறத பாக்குறப்ப பச்சக்கிளி... கூட்டமா...ன்னு மனசுல்ல தோணும்... நத்த ஒரு காலத்துல எங்க ஊருக்கே கறி சோறு...,

வெள்ளாயன் ஊட்டு வாசல்ல கூடை கூடையாய் நெல்லுருக்குறாப் போல, எங்க ஊர் முச்சுதும் (முழுவதும்) ஒவ்வொரு ஊட்டு

வாசல்லேயும் கூட கூடையாய் நத்தைங்கயிருக்கும். வெறும் நத்தய அவுச்சி உப்பு போட்டு, சாப்ட்டு நிம்மதியா தூங்கிக்கிறோம். இன்னிக்கு என் பொண்டாட்டி நத்த கனவு கண்ட மா(தி)ரி இருக்குதுன்னு சொல்றா. அவ அத சாதாரணமாத்தான் சொல்லுறா.

சித்திர மாசத்துல்ல கூட இவ ஆயா, ஒரு புட்டைக் கூடை எடுத்துக்குன்னு தப்பித் தவறி ஒண்ணு ரெண்டு பொழச்சி எங்கயாது ஊ(ர்)ந்துக்குன்னு இருக்காதான்னு காய்ஞ்ச ஏரி முச்சுரும் (முழுவதும்) தரையோடு தரையா கண்ணு வச்சி நாரை மாதிரி ஒரு ஒரு அடியா எடுத்து வைப்பா. நத்த ருசி அவ ஈறுல இருக்குது, இன்னைக்கு அவ பேத்தி, என் பொண்ணுக்கு நத்தைன்னா தெரியல. ஊர்ல இருக்குற என் மச்சானுக்கு போன் போட்;டேன். மச்சான் போன எடுத்த உடனே,

'டேய், நம்ம ஊர்ல நத்தை இப்ப கெடைக்கும்,"

'ய்யாங் மாமா, யாருக்காவது மூலவியாதியா?"

'இல்லடா ஆதிரைக்கு ஸ்கூல்ல நத்தய வரைஞ்சிக்குனு வர சொல்லியிருக்காங்க..."

'அதுக்கு, நத்த படம் இருந்தா அத பார்த்து வர்ரீ..."

'படம் இப்ப முக்கியம் இல்ல. நத்தை, முயல் கதையை அவங்க மிஸ்ஸு சொன்னதுலருந்து நத்தைன்னா இன்னானு கேக்குதுடா. எப்படியாவது நத்தையை எடுத்துக்குனு வா.. அத சும்மா பையில போட்டு எடுத்துக்குனு வந்திராத செத்துடகித்துட போது, தண்ணில போட்டு எடுத்துக்குனு வா.. அது ஊர்ந்து போறத என் பொண்ணு பாக்கணும்..."ன்;னு

சொல்லுறப்ப என் தொண்ட கட்டிக்கிச்சு. கண்ணு ரப்பைங்க டபடபன்னு அடிச்சுக்குச்சு, ரெண்டு வினாடி பேச்சி நின்னுருச்சு, மச்சான் அத சிக்னல் ப்ராப்ளம்ன்னு நெனைச்சுக்குன்னு, இரு மாமா விட்டு விட்டு கேக்குது தள்ளிபோய் பேசறேன்னு நடக்க ஆரம்பிச்சான். அவன் குதிகாலில பட் பட்டுன்னு அடிக்குற இரப்பர் செருப்பு சத்தம் துல்லியம்மா கேட்டிச்சு...

'........................"

'சொல்லு மாமா கேக்குதா..,"

• அப்போ போனு வழியா தூரத்;துல்ல பேசுற ஒரு கொரல்லு கேட்டிச்சு."

'நீங்கெல்லாம் கொயாவ தொறந்தா தண்ணி வர காலத்துல மருமவளா வந்திட்டீங்க. அந்த காலத்தில நாங்கெல்லாம், வெயில்

காலம் ஆச்சினா ராவெல்லாம் தூக்க கலக்கத்துல பானையும், டேக்சாவும்மா எத்துக்குனு தொரவு தொரவா திரிவோம், ஒரு நாளைக்கு 50 தவல 60 தவல தண்ணி புடிக்கணும். ஏன்னா மாடு மேய போன எடத்துல, அதுங்க தொண்டைய நெனைக்க ஒரு குட்டை இருக்காது. சாயரச்சி ஆச்சினா மேஞ்சிட்டு ஊட்டுக்கு வர மாடுங்க கட்டுதடியாண்ட வந்து நிக்காது நேரா தொட்டியாண்ட வந்து மூஞ்சவுடுங்க, தொட்டியில தண்ணி இல்லனா, நம்ம மூஞ் சிங்கல பாக்கும், காஞ்ச தொட்டிங்கல நாக்க போட்டு நக்கும். அதுக்குன்னா வாயா கீது ஒரு ஊட்டாண்ட போய் ஒரு சொம்பு தண்ணி குடுன்னு கேக்கறத்துக்கு. எங்களுக்கு ஒல (உலை) வைக்க தண்ணி கீதோ இல்லையோ தொட்டில தண்ணி இல்ல..., ஊட்ல கீற ஆம்பள ஜாட்டி எடுத்துப்பான்...”

‘ட்டேயி, பூச்சம்மா மருமவளே, ஒலன்னா இன்னான்னு தெரியுமாடி உனக்கு. ட்டேயி, ட்டேயி குக்குர்ல்ல சோறு ஆக்குறவளே. ஒல்லி வச்சி பானையில சோத்த வடிப்பியா நீ. வொறும் மண்ணு சட்டி, பானைய 20, 25 வருசம்ன்னு ஆண்டுக்குன்னுயிருக்குறோம். நீயெல்லாம் ஒரு சிட்டிக்கி தட்றத்துக்குல்ல பானைய தரையில உட்டுட்டு கையை ஒதறிக்குன்னு நிப்ப... நான் சட்டிய கயுவி தரையில வச்சா... தரைக்கே தெரியாது எப்ப சட்டி தரைமேல உக்கான்ச்சின்னு. அவ்ளோ நெதானம் இருக்கும். எங்க உள்ளங்கைய மூஞ்சி மேல வச்சி தடவனா எருமாடு நக்கற மாதிரி இருக்கும். ஊள்ளங்கையே அப்படின்னா, முட்டிங்க எப்படி காய்காய்ச்சி இருக்கும் பாரு. அறுப்புல்ல மாத்தி மாத்தி முட்டிபோட்டம்ன்னா ஒருமென ஏறுறவர்ற எயுந்துக்கமாட்டோம். உள்ளங்கையில்ல விரல்ல அயுவாண(மருதாணி) எல வச்சா தெரியாது, கொயம்பு கூட்னா மாதிரி இருக்கும் கை...”

திரியும் மச்சான,; ‘இன்னா மாமா கம்முனு இருக்குற...”

‘டேய் அங்க பேசிக்குன்னுயிருக்குறது பப்ளி அத்தத்தானே...”

‘ஆமா, ஆமா பெரியம்மாத்தான். இங்க பேசிச்சின்னா கெயக் கொள்ளி (கிழக்கு கொள்ளி) வரையும் கேக்கும்.”

‘ஏங்... உன் பொண்டாட்டி செல்விக்கும் அதுக்கும் ஆவாதா...”

‘ஏன் ஆவாது அவரு எப்பமே அப்படித்தானே, பொயிது போலன்னா பங்காளி மருமவளங்கள மெரட்ரதுத்தானே அவரு வேல. பய கதையாப் பேசுவாரு, மார தட்டுவாரு... கெயிவி எப்படிகிது பார். மாமா... 80, 85 வயசு இருக்காது? இப்பத்தான் சுகரு வந்துகிது.., இல்லனா கொரலு உப்பு அலம் வரீக்கும் கேக்கும்.”

‘ம்ம்.. 80 இருக்கும். அப்பாவுக்கு 65 வயசு சாவும்போது, அப்பா

எறந்து 20 வருசத்துக்கு மேல ஆச்சே, கிட்டதட்ட இருக்கும். சுகரா அதுக்கு, போன அத்தைகிட்ட குடு...”

மச்சான் போன அத்தைக்கிட்டே குடுத்தான்.

‘யாரு.....?”

‘நீயே கண்டுபுடி...,”

‘டேய் சொல்றா... வெள்ளிக்கெயம சீட்டுக்காரனா இருக்கப்போறான். அவனுக்கு வாரதுட்டு இல்லாமத்தான் இங்க வந்து ஒளிஞ்சிக்குனு உன் பொண்டாட்டிகிட்ட வாயடிச்சிக்குன்னு கீறேன். நீ வேற மாட்டிவுட்ராத...”

‘சத்திமா இல்ல பெரிம்மா, உன் அண்ண புள்ள பேசறாரு.”

‘யாரு.. என் அண்ண புள்ள.. ?”

‘மெட்ராஸ்ல, உன் அண்ண புள்ள யாரு...?”

மச்சான் சொன்னதும்தான் தாமசம்.., அத்த துள்ளி குச்சா. அவ பெரிய பெரிய பால் முலைங்க... கழுத்து சலங்க கட்டுன எருதுங்க தலையா ஆடி குலுங்குச்சு... மச்சான் கிட்டே போன வாங்க... அவ நெருங்குறப்பவே தொலாவுலர்ந்தே எங்கிட்டே பேச தொவங்கிடுச்சி...

‘அய்யோ, அய்யோ, என் அண்ண பெத்த கருவேப்பில கொத்தே...”

என் மூஞ்சி அவ முலைங்கல்ல பொச்சுக்குச்சு.., என் தலைமயிர வலிச்சி, என் மூஞ்ச அவள் மார்பில வச்சி அமுக்குனா.

‘எப்பா, என் சவரம் எப்றா இருக்குது கொயந்திங்க...”

என்ன தாண்டி, என் பொண்ண மோந்துப்பாத்தா. எங்கம்மா தலையாண்ட (கழனி) போயிடுச்சின்னா பால் இல்லாம்ம பசியில்ல அழுவுறப்ப... அவ மொலையத்தான் சப்பக்குடுப்பா... எங்கம்மாவையும் எம்பொண்டாட்டியையும் பெசைஞ்சிக்குன்னு வெளஞ்ச கேவுரு கொப்பு அவ... மொத மொத நத்தய நான் கண்ட போது அவ மொலக்காம்புத்தான் என் ஞாவத்துக்கு வந்துச்சி...

‘அத்த, ங்கோத்தா எப்டி இருக்குற...”

‘அய்யோ,என் புள்ள கொரல கேட்டு எத்தினி வெருசமாச்சிடியம்மா... என் படிப்பாளி ராஜா, என் பணக்கார ராஜா...”

போனிலே எனக்கு முத்தமிட்டாள். அவ வாயில அதக்கி வச்சிருந்த பன்னீர் பொகையிலயிலிருந்து வாசன, இன்னும் அப்டியே யிருக்குது...

‘எப்பா, எனக்கு சுகராண்டா, அதான் உன்ன பாக்கலாம்ன்னு நெனச்சிக்குன்னுகிறேன், நீயே போன்ல வந்து கூப்புற...”

‘நீ எப்பனாலும் வா, இல்லனா நானே வந்து உன்ன கூப்புட்டுக்கினு வர்றேன் பயப்படாத நான் இருக்குறேன்...”

‘என் அண்ண பெத்ததாச்சே, என்ன கை உடும்மா, என் அண்ண எனக்கு அப்பனாச்சே. அது வயித்து மரம் நீ கனித்தராம போவுமா, நெயல்(நிழல்) தராம போவுமா, என் பணக்கார ராஜா... நீ சொன்னதே போதும்டா எப்பா. கவர்மெண்டு ஆஸ்பெட்லத்தான் மாத்தர வாங்கி துன்றேன். இப்ப ஒடம்பு நல்லத்தான்கீது. நீ கவலப்படாத... என் கட்சி(கடைசி) கவுரத்த மட்டும் உட்டுடாதே... நான் செத்தா ஒரு பொடவயோட வா.. என் அண்ண வாங்கி கொடுத்த துணியோட வந்தேன். என் அண்ண புள்ள போத்தர கோடிதுணியோட போறேன். நீதான் போத்தனும். நல்லா கிளிப்பச்ச பொடவ மாங்கா ஜரிக வச்சது.., கவனம் வச்சிக்கோ... சரி அத உடு. இன்னா போனு சொல்லு...”

‘ஊர்ல நத்த கெடைக்கும்...”

‘யாருக்குன்னா மூலமா...”

‘ங்கோத்த, மூலமன்னாத்தான் நத்த கேப்பாங்களா...”

‘பின்ன, நத்த வந்து ஆடா, மாடா, வாத்தா, கோயா ஆசையா வாங்கி துன்றத்துக்கு...”

‘அத்த, சுகரு வந்தப்பின்னால்லக்கூட கறி, மீனுலாம் நல்ல துன்றீயா...”

‘எப்ப... சுகருனானோ, அன்னைக்கு போச்சிடா கவுச்சிமேலக்கீற ஆச...”

‘ஞாத்தி கெயமானா, ரெண்டே ரெண்டு துண்டு நெம்பர் கோழிக்கறி (பிராய்லர்) தட்ல வக்கிறா, அதுல சத்துகீதா, சாறுகீதா வெரட்டிய வாயில்ல வெச்சி மெல்றமாறிகீது. அது என்னமோ, தேவாமிர்தம் மாதிரி அத்த வாங்கி ஆக்கி கொயந்தங்களுக்கு ஊட்றா. அது துன்னா புள்ளைங்க இன்னா வளரும். அத உடு, யாருக்கு வோணும் நத்தை அத சொல்லு...”

‘ஆதிரைக்கு நத்தய பாக்கணுமா...”

‘எம்பேத்திக்கா... நல்ல பேசுறாளா...”

‘ம்ம்.. பள்ளிக்கூடத்துக்கு போதே...”

‘பள்ளிக்கூடத்துக்கு போறவளுக்கா நத்தை தெரியல.”

‘ம்ம்... என் பொண்டாட்டிக்கே நத்தை கனவு கண்ட மாதிரி இருக்குதாம். என் பொண்ணுக்கு மட்டும் தெரியுமா...”

‘அத சொல்லு, இன்னைக்கு வர மருமவளுக்கு ஊதாங்கோலு தெரியாதுன்றா, தொரவு (கிணறு) தெரியாதுன்றா, ஐப்ப(அகப்ப) தெரியாதுன்றா, பெரமுட தெரியாதுன்றா, பிறிவுட (வைக்கோல் பிரி) தெரியாதுன்றா, எல்லாம் செருப்பு போட்டுக்குன்னு கொள்ளிக்கி போராளுங்களே...”

‘கொயந்தைக்கி வயித்து வலின்னாலே ஒரு வசம்ப சுட்டு நாக்குல்ல தடவ தெரியாது, தொப்புள்ள தடவ தெரியாது, கொட ஒன்னு வெச்சிக்கிறா (விரிச்சிக்கிறா) கொயந்தய தூக்கி தோள்மேல போட்டுக்குறா. கேட்டா, டாக்டராண்டன்னு கெளம்பிறா. ஒருத்தியானா கொயந்த கண்ணு எரியாம மை வெக்க சொல்லு பாக்கலாம், கண்ண கலக்கிப்புடுவா.”

‘ஊரு முன்ன மாறி (மாதிரி) இல்லப்பபா, நத்தயும் இல்ல, நரியுமில்ல, கொக்கும் இல்ல, கொறவையும் இல்ல, கிளுவையும் இல்ல... எல்லாம் காஞ்சி கம்மாளமாச்சி போச்சி.”

‘அப்ப வாசல்ல அவுச்ச நெல்ல தொராவா முடியாது, பச்ச நெல்ல தொராவ முடியாது, இந்த பக்கத்துலந்தும், அந்தபக்கத்துலந்தும் மைனாவும், தவுட்டு புறாவும் கிளியும் படபடயா வந்து கவுந்துக்கும்.., கப்புகப்பா கவ்விக்கும். இன்னைக்கு ஊர்ல ஒரு குருவியும் இல்ல, கூடும்; இல்ல. எறா பண்ண வந்துச்சி... பனமரம் போச்சி, பனம்பயம் போச்சி, பனங்கெயிங்கு போச்சி, பச்ச கிளிங்க ஒக்கார ஒரு கொம்புக்கெடயாது.., கொப்புக்கெடயாது. பத்து ரூபாய்க்கு ரெண்டுன்னு தவல தவல நுங்கு விக்கறான் ரயில்வே கேட்டு ஓரத்துல. ஜனங்க அத பொன்னா வாங்கி துன்னுதுங்க. அப்போலாம் நுங்க பட்டணத்துல்ல.. மூலக்கோத்திரத்தில்ல.. பறச்சேரி மார்க்கேட்டாண்ட.. கூட கூடயா விப்பான். அங்க அது அரிப்பொருளு. நம்மவூருங்கல்ல லோல் படும். நுங்கு காலத்துல்ல எங்க ஒச்சிக்குன்னாலும் பனங்கொத்துகளத்தான் ஒச்சிக்கனும். துன்னுதும் துன்னாதமா நோண்டதும் நோண்டாதமா ஊர் முச்சம் உருண்டுன்னு கெடக்கும். பனங்கொதுக்குள்ள வண்டியோட்டி வளராத புள்ளன்னு ஒண்ணு கெடயாது. பனம்பயம் வந்துச்சின்னா கொதுக்கு சிந்தாலாடறமாதிரி சப்பிப்போட்ட ஒரு பனங்கொட்டயக்கூட தெருல பாக்கமுடியாது. ஒண்ணு எறையாம பத்தரமா சேர்த்து வைப்போம். அதுல முக்காவாசி கெயிங்காவும் (கிழங்கு) கால்வாசி மரமாவும் பயிருப்போட்ற நேரம் வந்துச்சின்னா வெரப்பு ஒட்டு காவா ஒட்டு கொளத்த சுத்தி தலய சுத்தி ஒரு எடம் தவறாம நட்டுவைப்பான். வேலி மாதிரி பனமரம் சுத்தி சுத்தி மொளைக்கும். ஊட்டச்சுத்தி... கயனிய சுத்தி... ஊர சுத்தின்னு இப்படித்தான் ஊரெல்லாம் தோப்பாச்சு. பத்துமரம்

வெச்சுருக்கவன் ஊட்டு ஓலைக்கும் வாசல் தட்டிக்கும் எவன் கொல்லையிலயும் போயி நிக்கத் தேவையில்ல. பத்து மட்டய உறிச்சா ஒரு வண்டிக்கயிறு ஒரு நார் கட்டலு. இப்போ எவன் ஊட்டு வாசலயும் நார் கட்டலு கெடயாது. வர மருமவலாம் மர கட்டலும் பெட்டோடும் வந்துறா. உன் பெரிய மாமன் தனவேலுக்கும் அவன் பெரிய புள்ள கலவாணனுக்கும் பனமரமேறது தரையில்ல நடக்குறமாதிரி. அதுவும் கலவாண அதர்ணவாலு தொரவுல்ல குதிக்குற மாதிரி மரத்துமேலர்ந்து குதிப்பான். தனவேலு பனங்காய்க்குன்னு வண்டியை கட்டிக்குன்னு கண்டல், காளஞ்சி, கருங்காலின்னு போனான்னா மூட்ட மூட்டயா வந்து எறங்கும். ராத்திரியும், பகலும், நுங்கா துன்னு தீப்போம், காலில்ல சீதபோதி ஆவுற மாதிரி நுங்கு நுங்கா போவும். இன்னைக்கு இருக்குற ஆம்பள எவனுக்கு பனமரம் ஏறத்தெரியும், ஒரு மாரு ஏறுன்னா போதும் வயிரு மாரு வய்ட்டிக்கும் வெரக்கொட்ட பிதுங்கிக்கும். மேலர்ந்து கீயேப்பாத்தான் அங்கியே பீசிப்பான். அன்னைக்குலாம் மாமியார் வீட்டுக்கு வர மருமவன் ஒரு வெரப்பாடு நின்னு போட்டு போவான். இன்னைக்கு ஊட்டு புள்ளைக்கே கொரிகலப்ப புடிக்கத்தெரியாது. மருமவனங்க அதுக்கு மேல கீறானுங்க. நெலத்த வித்துட்டு பணத்த கட்டிட்டு எங்கியாவது ஈ.பி.(E.B.)ல்ல வேலக்கி சேத்துவுட்டுருன்றான். நாதியத்துப்போச்சு மனுசன் பாடு...”

அத்தை பேசிக்கின்னேயிருந்துச்சு...எனக்கு தொரவுல்ல(கிணறு) தொப்புன்னு குச்சி, அடிமண்ண அள்ளிக்குன்னு வந்தமாறி யிருந்துச்சி.....

2

அய்ப்பசி மாசமான ஊர்ல ஊடு தவறாம சட்டி சட்டியா நத்த வேவும். அதுவும் அத்த பப்ளி சும்மா தவ்ளுஞ்ண்டு மொளகாத்தூள தூவி வெங்காயப் பூண்ட நசுக்கிப்போட்டு துளியூண்டு எண்ணெய ஊத்தி ஒரு பொரட்டுப் பொரட்டி வாட்டாவுல எடுத்தாந்து வெச்சிச்சி, ஒரு குண்டா கஞ்சி எப்படி உள்ள எறங்குச்சின்னே தெரியாது. நத்தைப் பொரட்டுன சட்டியப் பார்த்தா அப்படி மின்னும்... வாத்து, கோயி, கொக்கு, காட, கௌதாரி, காட்டுப்பூனக்கறி எல்லாம் இதுக்குப் பின்னாடித்தான் நிக்கணும்...அந்த மாறி வாசன... ராவுல்ல துன்ன கைய மூக்காண்ட வெச்சுன்னு தூங்கமுடியாது. நடுராவுல்ல பசியெடுத்துக்கும், அப்பேர்கொந்த வாசன. அவ நத்தைய சும்மாவே அவுச்சி உப்புத்தூளப்போட்டு குலுக்கிக் கொடுத்தாளே உப்பு நெல்லிக்கா மாதிரியிருக்கும்..

நத்தையில மட்டுமல்ல மாட்டு வாள சூப்பு வெக்கிறப்போ அவள பாக்கனுமே என்னமோ லேகியம் கிண்டுறமாதிரியே அடுப்புல வெந்து வெந்து உருகுவா. எந்த ஊட்டுல கொயம்பு சட்டியப் பார்த்தாலும் எனக்கு அத்தை பப்ளி தான் ஞாபகத்துக்கு வரும். எங்க மாமன் கயினிக்காட்டுக்கு போவாததுக்கு, ஊட்ட சுத்தி வந்ததுக்கு இவ கொயம்பு ஒரு பெரியக் காரணம். ஓணான அட்ச்சி எத்தாந்து கொயம்பு வெச்சாக்கூட இவன் அது இன்னா ஏதுன்னுக்கூட கேக்கமாட்டான். ஏதோ தொப்பக்கெளுத்தின்னு நெனச்சுக்குன்னு துன்னுருவான். அத்த கைய எப்போ மோந்துப்பார்த்தாலும் கொயம்புக்கூட்டுன வாசனையாவே இருக்கும். இவ கயனி வேலைக்குப்போனாக்கூட கூலியாளுங்களுக்கு கஞ்சிகாசப்போய்டுவா. அது பத்தாளு கஞ் சியானாலும் சரி இருபதாளு கஞ்சியானாலும் சரி ஒண்டியா ஜவுறுவா. சுடக்கஞ்சிக்கு அவ்ளோ பதமாயிருக்கும் இவ அரைக்குற ஒட்ச்சுகடல(உடைத்தக்கடலை) ஊறுகா. பக்கத்து கயனிலருந்து கொரலு வந்துன்னேயிருக்கும் இவ அரைச்ச ஊறுகாக்கு.

வாரந்தவறாம வெள்ளிக்கியம இவக்கிட்ட ஊர்ல இருக்குறவன் லாம்..வெளக்குவச்சு கேப்பாங்க..மய வருமா வராதா, நிக்குமா நிக்காத, காய்ஞ்சா எப்போ பேயும், பேய்ஞ்சா எப்போ காயும்..இந்த மொறயாவது புள்ள தங்கும்மா தங்காதா..கட்டுத்தடியிலிருந்து அறுத்துக்குன்னு போன எரும (எருமை) எந்த தெசயில்ல இருக்குது.. எங்கப் போனாலும் பொண்ணு குதற (கிடைக்க) மாட்டுன்னது. இவனுக்குன்னு பொறந்தவ எந்த தேசத்துல்லயிருக்குறா..வாசல்ல

கவுத்து வச்ச பித்தள அன்னக்கூடய தூக்கிக்குன்னு போன சக்காளத்தியாருன்னு கேக்குற எல்லா கேள்விக்கும் பட்டு பட்டுன்னு பதிலு வந்து உயும் நடுத்தெருவுல்ல நின்னுக்குன்னு அண்ணா பெரியாண்டவரே மதுரவீர அண்ணா...ன்னு பேச ஆரம்பிச்சுடுவா கையில கற்பூரம் அதுப்பாட்டுக்குன்னு ஓங்கி நின்னு எரியும். கற்பூரம் எரிஞ்சு தீந்துச்சின்னா இன்னொரு கற்பூரம் ஏத்த சொல்லுவா வொறும் கையில்ல கற்பூரம் கணக்கு இல்லாம எரியும். ஜனங்க கேள்வி மேல கேள்வி கேப்பாங்க. ஓங்கி நின்னு எரியுற விளக்குத் திரி மாதிரியே வெரச்சிக்குன்னு நின்னு பதிலு சொல்லுவா. வெள்ளையன் எதிரவந்து நின்னாக்கூட, குறி சொல்லுற குரல்ல ஏத்தம் கொறயாது. அவ ரெண்டு உள்ளங்கையும் ஒண்ணா வெச்சுப்பாத்தா மொயுவுன மொரமாட்டம் இருக்கும். வத்திப்பொட்டியில்லன்னா யாருவூட்டுல அடுப்பு எரிஞ்சாலும் நெருப்ப கையில எடுத்துப்பா. அத இந்த கையுக்கும் அந்த கையுக்கும் ஆத்திக்கின்னே ஓடுவா. அத அவ அவ்ளோ சுல்பமா செய்வா...

புள்ளப் பொறப்பு பார்ப்பா... புள்ள மருந்து அரைச்சுக் கொடுப்பா... சுளுக்கு சதைப்புடிப்புன்னா படிவெச்சு உருட்டுவா. ஓலக்கவெச்சு உருட்டுவா..உள் நாக்கு வளந்தா உச்சிமுடி தூக்குவா.. ரத்தக்கட்டிக்கு எல (இலை) வெச்சு காட்டுவா...அம்ம வந்தா நாள் கணக்கு வெச்சு மஞ்சத்தண்ணி ஊத்துவா... பதம் மாறாம அதரசம் பாவு கிண்டுவா..சிம்ளி உருண்ட இடிப்பா... கொயந்தைக்களுக்கு எண்ணெய் தேய்ச்சு உருவுவா...கொயந்தைங்க பிதுருச்சுன்னா (பயந்தா) வேப்பல மந்திரிப்பா... தின்னூரு (திருநிரு) பிடிச்சுடுவா.. தூதுவள ரசம் வைப்பா... ஆவாரம் பூவுல ரசம் வைப்பா..கயனி நண்டுல ரசம் வைப்பா... இஞ்சி சாறு வைப்பா... மொளவு (மிளகு) கசாயம் வைப்பா..களி கிண்டுவா... புள்ள நிக்குறதுக்கு மருந்து சொல்லுவா... புள்ளய கலைக்குறதுக்கு ரகசியமா மருந்து குடுப்பா... புள்ளக்கலச்சுக்குனவளே பின்னொரு நாள்ல வயில(வழியிலே) எங்கனாப்பார்த்தாக்கூட பாக்காத மாதிரி பத்திரம் காப்பா..புது ஜோடிக்கு கோயி சூப்பு வெச்சு குடுப்பா... ஊர்ல எவளுக்கு தல நமிச்சாளும் இவ தான் ஈத்தனும் இவதான் வாரனும்...இவ ஈத்துன்னா ஒரு மாசத்துக்கு தலை ஈறுக்கோலி தேடாது எறாப்புடிப்பா... பரி முடைவா... மீன் புடிப்பா... ஏத்தம் எரைப்பா... சரா பொளப்பா... பச்சக் குத்துவா... தட்டிக்கட்டுவா... பிரிவுடுவா... ஓலக்குத்துவா... எத்தினியரிசி கம்பிக்கோலமா யிருந்தாலும் சரி கண்ணதொறந்து கண்ண மூடுறதுக்குள்ளே போட்றுவா... கோயி அழுவம் வைப்பா... பிதுருரவன்(பயப்படுறவன்) பீசிக்கிறவனுக்குலாம் மஞ்சாக் குங்குமம் கரிப்பூசி உப்பு காய்ஞ்ச மொளகா வெச்சு ஓணான பலிக்குடுத்து கொட்டாங்காய்ச்சில பொங்கல் வெச்சு ரத்தசோறு பெசஞ்சு முக்கட்டித்தெருல கழிப்பெடுப்பா. அவ்ளோப்பெரிய வித்தக்காரி அப்பேர்கொந்தவளுக்கு சுகருன்னா அடுக்குமா?

அத்த ஊர்ல்ல எங்க மாடு அறுத்தாலும் முதல் ஆளா மாட்டு தலைமாட்ல உக்காந்துக்கும், அந்த காலத்துலயே மாடு செத்துச்சினா பறாந்தலுக்கு(பருந்து) மூக்கு வேக்குதோ இல்லயோ அத்தைக்கு வேக்கும். ஆடு செத்தா வெள்ளாயன் பள்ளியக்கூப்பிட்டு குடுப்பான். மாடு செத்தா பறையன கூப்பிட்டு குடுப்பான். ஆடு செத்தாலும் மாடு செத்தாலும் தோல வெட்டியாந்தான் உரிப்பான்.

உயிர் மாட்ட அறுத்து துண்ற நெலம ரொம்ப பின்னாலத்தான் காலனியாளுங் களுக்கு வந்துச்சி. அதுக்கு மின்னாடி சொந்த மாடு வாங்கி அறுக்குற தைரியம் யாருக்கும் வரல்ல அதுக்கு காரணம் இருந்துச்சு. மாட்ட அறுத்து பரப்பி வச்சா கடன் கேட்டுக்குனு வருவானுங்களே ஒழிய பட்டுன்னு துட்ட நீட்டி ஒருக்கூறு கறியக்குடுன்னு கேக்க எவங் கிட்டே கூலி மிச்சமாயிருந்துச்சி. ஒருவேள கறி கடன் கொடுத்தாலும் அத வசூல் பண்றதுக்கு கொறஞ் சது ஆறுமாசமாவது ஆவும். அதுல ரெண்டும் நடக்கும் வசூலும் ஆவும் ஆவாமயும் போவும். அதையும் மீறி அறுக்குறவன் இளமாட்ட அறுக்கமாட்டான். அத்தப்பழகி கூலிக்கு ஏறு ஓட்டுனன்னு நெனப்பான். இனி இது கண்ணே போடாது வண்டியிழுக்காதுங்கிற மாதிரி மாரு காஞ்சி தொட வத்தியிருக்கிற கொட்டுங்கள சப்பைங்கலத்தான் அறுப்பான். செத்தமாட்டுலக்கூட இளமாடு செத்துப்போச்சுன்னா ஊரே சட்டியும் தட்டும் எடுத்துக்குன்னு பறக்கும். வயசான மாடுன்னா வேணும் வேணாங்கிற மாதிரியே போவும்.

வயித்தப்பி எப்போவாது உப்பளம் பக்கம் காளாஞ்சி, காட்டுப் பள்ளி ரெட்டியாருங்க மாடுங்க அத்திப்பூத்தாமாதிரி வந்திடுச்சுன்னா அது எவன் ஊட்டு மாடு... அறுத்து துன்னுட்டாக்கா... இன்னா ஆவும்... ஏது ஆவுன்னு... எத பத்தியும் கவலப்பட மாட்டான் காலனிக்காரன். அந்த கறி ருசி அப்படியாகொந்தது. அது வண்டிமாடாயிருந்தாலும் சரி செனமாடாயிருந்தாலும் சரி அறுத்துருவானுங்க. அந்த இறுமாப்பு தைரியம் எல்லோருக்கும் வராது. ஊருல ஒருத்தன் ரெண்டுப்பேரு இத செய்வான். திருட்டுமாடு அறுக்கனும்னா மொதல்ல ஒரு நாயி நரிக்கு தெரியக்கூடாது. காக்கா கண்ணுல படவேக்கூடாது. இத பட்டப்பகல ஊருக்கூட்டியும் அறுக்கமுடியாது. மடக்கன மாட்ட பொதர் மறைவிலியும் அறுக்க முடியாது. பட்டவர்த்தனமா காலியிலியும் அறுக்கமுடியாது. எப்பிடின்னாலும் எவன் கண்ணுலயாதுப் பட்டுடும். பகலுன்னா எவ்ளோ தொலவுன்னாலும் மோப்பம் புடிச்சிக்கின்னு தெரு நாயுங்க கும்பல் கும்பலா வந்துரும். ஒரு நாயி சவ்வக்கவ்விக்கின்னு ஊருக்குள்ளே ஓடுச்சு. அத்தோட போச்சு... நாயி வந்த தடம்பாத்துக்குன்னு எப்படியும் ரெண்டுப்பேராவது பைய அக்குலத்துல மடிச்சு வெச்சுக்குன்னு வந்துடுவான் வரவனுங்க

வாங்கியும் துன்னுடுவானுங்க... துப்பும் குடுத்துடுவானுங்க. அதனால நல்லதோ கெட்டதோ ரெண்டுப்பேரோ மூணுப்பேரோடயோ கதய முடிச்சிக்கணும். எதுக்கு தெரிதோ இல்லையோ பறாந்தலுங்களுக்கு சுருக்க தெரிஞ்சுடும் ஊருல்ல தொலாவுலந்து எங்க நின்னுப் பாத்தாலும் பறாந்தலுங்க பறக்குறது தெரியும். அதுங்க மூக்கு வேத்துக் குன்னு வானத்துல்ல அறந்தக் காத்தாடி மாதிரி மெதந்துக்குன்னு சுத்தும். காக்காவா அதுங்க தலைமேல பறக்குதுன்னு தொரத்ததற்கு. அப்படியே காக்காவாயிருந்தாலும் அதுங்க அதுக்குமேல குறுக்க நெடுக்க பறந்து லப்போதிப்போன்னு கத்தி ஊரக்கூட்டி காட்டிக் குடுத்திரும்.

காலி மாட்ட கண்டுட்டோம்ன்னா நாம அத கண்டுக்குன்னமாதிரி அதுக்கு தெரியக்கூடாது. அது கண்டுக்கிச்சின்னா நரிய பாத்தாமாதிரி வால தூக்கிக்கின்னு பின்னக்கால ஒதிருக்கின்னு விசில்லுமாதிரி பறக்க ஆரம்பிச்சுரும். எங்கப்பறந்தாலும் அது அங்கேயேதான் சுத்தி சுத்தி பறக்கும். அதுவயி தெரியாமத்தான் மாறி வந்துக்குது. இப்போதைக்கு வயித்துக்கு மேய்வோம் சாயறச்ச ஊடு திரும்புறப்போ வயி தேடிக்கலாம்ன்னே கருத்துக்கொண்டமாறியே சில மாடுங்கயிருக்கும். அதனால நாம பதறாம அது பின்னால ஓடாம அது எவ்ளோ பறந்தாலும் கண்ணமட்டும் அது சூத்துமேலேயே வெச்சுக்குனும். அது மேலன்னா கொம்புக்கயிறாகீது பின்னாடி ஓடிப்புடிக்குறதுக்கு..கவனந்தான் கயிறு.

வயி தப்புனமாடுங்கிறத மாட்டு மூஞ்சி பாத்து சொல்லனும்னு அவசியமேயில்ல. ஊடு தெரியாம வெளி ஊருக்குள்ள சுத்தினிருக்க எயவாளு(எழவு சொல்ல வந்த ஆள்) யாதிரியே முழிச்சினிருக்கும். வண்டிமாடாயிருந்தா அது ஜதய தேடும். மத்ததாயிருந்தா அது கும்பலத்தேடும். தலய தூக்கி பாத்துக்குன்னு சாயங்காலம் வரைக்கும் மேயாம இப்டியும் அப்டியும் ஒலாத்துச்சின்னா அது தப்புமாடு. ரெண்டாவது மாட்டப்பாத்தே சொல்லிடலாம் ஊர் தெரு வுல எந்த ஜாதிக்காரங்க வளப்புமாடுன்னு. தப்புமாடுன்னா கழுத்திலேயோ காலிலேயோ எங்காயாவது ஒரு கம்பளிக்கயிறாவது இருக்கும். கொம்பும் கொளம்பும் சீராயிருக்கும்.

ஆனா காலிமாடு அப்படியில்ல. அது வளப்பே ஒருமாதிரி மொராளச்சிக்கின்னு இருக்கும். அவுத்தவுட்ட மாடுங்கன்றதனால்ல கேப்பாரு மேய்ப்பாரு இல்லாம தெனாவுட்லா வளந்திருக்கும். கொம்பு கொளும்பு மொசம்பு கழுத்து ஊட்டுமாடுங்க மாதிரியேயிருக்காது. பெரிய பெரிய வெரக்கொட்டயாயிருக்கும். வெரக்கொட்டய வெச்சே எவ்ளோ பெரிய எள மாடுன்னு தொலவாலிருந்தே சொல்லிடலாம். அடிவயித்துல்ல கட்டுன்ன மணியாட்டம் அவ்வளவு அழகா ஆடிக்குன்னு இருக்கும். அதுவே பசுவாயிருந்தா மடி

தரையத்தொடும். காலிமாட்ட மட்டும் அவ்ளோ அலுப்பசுலுப்பமா மடக்கிடமுடியாது. காலுக்கொரு சுருக்கு கழுத்துக்கொரு சுருக்குன்னு வெச்சுப்புடிக்கனும். கொறஞ்சது பத்துப்பேராவது இருக்கனும். காலி மாட்டுங்களாண்ட ஆளு தனியா மாட்டுன்னா நாயி மாறி தொரத்தும். நம்மாளுங்க பத்துப்பேரா இருந்தாலும் அவ்ளோ சீக்கிரத்துல மாட்ட நெருங்கமாட்டான். மொதல்ல நரியாட்டம் தனித்தனியா பிரிஞ்சு சுத்துப்போடுவான். மாட்டுக்கும் இவனுக்கும் கொறஞ்சது நூறடியாவது இருக்கும்.

மாட்டப்பொறுத்து இந்த தொலவ ஏத்திப்பான் எறக்கிப்பான். ஒரு சில நேரத்துல எளங்கன்னு மாட்டிக்கும். எளங்கன்னுதானே அல்ப்ப சுல்பமா அமுக்கிலாம்னு கிட்டேப்போயி சுத்துப் போட்டோம்னா அது பெரிய பெரிய வேலிகள தாண்டிக்குதிக்கிறமாதிரி நம்பள தாண்டி குச்சிப்போயிடும். அந்த நேரத்துல படுக்குன்னு தரையில ஒக்காந்திரனும் இல்ல நம்ப தலமேல அது தாவிப்போற வேகத்துல பின்னங்கால்ல ஒதைக்கிற ஒதயில மூஞ்சிப் பேந்துரும் பல்லு கொட்டிப்பூடும். மொதல்ல மாட்ட அதுப்போக்குல்ல ஓடவுடுவான். அது எப்பிடி ஓடுன்னாலும் திரும்புனாலும் உப்புக்கயிக்கால்(உப்புக்கழிக்கால்) தெசையப்பாத்தே ஓட்டுவான். மாட்ட நெருங்கமாட்டான் அதட்டமாட்டான் அது நின்னா நிப்பான் நடந்தா நடப்பான் அது திரும்புனா மறிக்கிறமாதிரி நிப்பான். இப்படியே அத அது இஷ்டமா போறமாதிரியிருந் தாலும் இவன் நெனக்குற தெசைப்பக்கமாவே ஒதுக்கி ஒதுக்கி ஓட்டி யாந்திருவான். கட்ச்சியா வேற வயியில்லாம உப்புக்கயி ஓரமாவந்து நின்னுரும். இப்போ சுத்தியிருக்குறவன் அப்படியே அத வலயாட்டம் சுத்துப்போட்டு நெருங்குவான். அது தப்பிக்குறதுக்கு வேற வயியில்லாம கயிக்கால் தண்ணில அவசரப்பட்டு எறங்கிடும்.

அவ்ளோதான் இவனுங்க கயிக்கால்ல எறங்கி அந்தமாடு கர ஏறாத அளவுக்கு உப்பந் தண்ணியிலேயே இந்தப்பக்கமாவும் அந்தப்பக்கமாவும் செவுட்டி செவுட்டி நீந்தவுடுவானுங்க. ஆரம்பத்துல அதுங்களும் வால தூக்கின்னு இறுங்கெளுத்தியாட்டம் (மீன்) மீசைய முறுக்கிக் கின்னு நீந்தும். ஒருக்கட்டத்துல அதுங்களுக்கு மூச்சியில்லாம முங்க ஆரம்பிச்சிரும். காலுங்க ஒசல்லெடுக்க ஆரம்பிச்சிடும். கால்ல ஒதிறி ஒச்சி நீந்த முடியாது. அந்தநேரம் பாத்து அத கரைக்கு ஓட்டுவான். அதுங்க கரைக்கு வர்றப்போ தரயில காலு நாலும் நிக்க முடியாதளவுக்கு ஒதரளு எடுக்க ஆரம்பிச்சிரும். மூச்சு தொத்தும் வயிறு எக்கும் மெரண்டுப் போய் கண்ணெல்லாம் உருளும். இப்போ மாட்ட தரயில ஓடவிடுவானுங்க. அது ஓட முடியாம கால்ல வலு இல்லாம நாலு காலும் பின்னிக்கின்னு மடிச்சிக்கின்னு உயும். ஒடனே அடிச்சு புடிச்சு எயுந்துக்கமுடியாதபடி பின்னங்காலு ஜப்ப ஒதரும் மாட்டுக்கு

ஒதரளூ எடுத்துக்கிச்சி மெரண்டிருச்சுன்னுகிட்டே நெருங்குன்னோம் வயித்தக்குத்தி கியிச்சிரும். குட்டிப்போட்ட பன்னியாட்டம் அந்த நேரத்துல அது. இன்னான்னாலும் தொலவாலிருந்தே சுருக்கு கயிற ஒவ்வொருத்தனா வீசுவானுங்க. ஒரு சுருக்கு கொம்புல மாட்டிக்கும் ஒண்ணு கயித்துல மாட்டிக்கும். தொலவா ஆளுக்கொரு மூலையல நின்னு இழுப்பானுங்க. அப்ப ஒரு சுருக்கு தரயில போடுவான் பின்னங்கால்ல மாட்டிக்கும். பின்னங்கால்ல மாட்ற சுருக்குக்கயிறு அடிவயிறு வரவரைக்கும் ஒதரி ஒதரி ஏத்தி இழுப்பான். அது அடிவயித்துலப்போயி பீஞ்சுக்கும். இந்த சுருக்குத்தான் மாட்ட குப்புறத்தள்ளும். இப்போ நாலாப்பக்கத்துலருந்தும் கயிற வெலிச்சான்னா அது நவுறமுடியாத மாதிரி நின்ன எடத்துலேயே ஜிம்பி ஜிம்பி எகிரும். இன்னா எகிறுன்னாலும் ஜிம்புனாலும் செலந்தி வலையில மாட்டிக்கின பூச்சிமாதிரி ஆயிரும்.

காலிமாடுங்க இப்படின்னா தப்புமாடுங்க வேறமாதிரி. தப்புமாடுங்கள்ள தொரத்த முடியாது. ஏண்டா தொரத்துறன்னு ஒருத்தன் இல்லன்னாலும் ஒருத்தன் கேட்ருவான் அதனால காலிமாட்ட ஓட்றமாதிரியே தப்புமாட்டையும் தொலாகையிலிருந்தே ஓட்டிக்கின்னு காவாயிருக்குற எடமா பாத்து காவாக்குள்ளே எறக்கிடுவான். காவான்னா முட்டி ஒயரம் இருக்குற காவா கெடயாது. ஆளு இறங்குன்னான ஆளு மறஞ்சிடனும். அப்படியாகொந்த காவாவ இருக்கனும். அப்பேர்ப்பட்ட காவாக்குள்ளே மாட்ட ஓட்டிட்டு பொயுதுப்போறவரைக்கும் காவாக்குள்ளேயே ஒக்காந்துன்னு இருப்பானுங்க.

ஆளுயாராவது நடமாட்டம் தெரிஞ்சா பேலற மாதிரியே பாசாங்கு காட்டுவான். மாடு முன்னாடியும் போவமுடியாம பின்னாடியும் போவ முடியாம நெட்டுக்குத்தா இருக்குற வெரப்பையும் ஏறித்தாண்டாமுடியாம அப்படியே நிக்கும். காவாக்குள்ளேயே ஒருவேளை அது திமிறிகிமிறி ஓட்டம் காமிச்சுதுன்னா நல்லா செமத்தியா உருட்டையா இருக்குற சவுக்கு கூசிகொம்ப கையில்ல வெச்சுக்கின்னு இருப்பானுங்க. ஒருத்தன் காவா வெரப்பு மேலேயே ஓடுவான் ஒருத்தன் காவாக்குள்ளேயே குனிஞ்சிகுன்னு பின்னாலேயே ஓடுவான். தொலாவுலருந்து பாக்குறங்களுக்கு காவாமேல ஒருத்தன் ஓடுறது மட்டும்தான் தெரியும். காவாக்குள்ளே ஒருத்தன் மாட்ட தொறத்துறது தெரியாது. காவாக்குள்ளே ஓடுறவன் மாட்டு பின்னங்கால்லயே வகையா காலு ஒடையறமாதிரி பொறுக்க வைப்பான். வலிப்பொறுக்காம மாடு நொரையும் நொப்புமா மூச்சு வாங்க நின்னுடும். ஏற்கனவே இவனுங்க காவாமேலயும்காவாக்குள்ளேயும் வெறிப்பிடிச்சா மாதிரி தொறத்துனத பாத்தமாடு பிதுரி நடுங்கிப்போயிருக்கும்.

போதாதுக்கு இன்னொருப்பக்கம் காலுல வேற நோவு. மாடு சாணியப்போடும் மூத்திரம் பேயும்நொரநொரச்சிக்கின்னு வயித்த எக்கி எக்கி மூச்சுவிடும். இதெல்லாம் இவனுங்களுக்கு சாதகம். மாடு இப்படி பணிஞ்சா பட்டுன்னு கீழே தள்ளி கையால்ல நாக்கப்புடிச்சி வலிச்சி இயுத்து உட்றுவான். அதுக்கப்புறம் அது கொரலங்குடுக்காது தலையும் தூக்காது ஆனா இன்னாத்தான் அடிவாங்கினாலும் எவ்வளவுத்தான் மூச்சுத் தொத்தினாலும் தலைய இப்படியும் அப்படியும் ஆட்டிக்கின்னு புசு புசுன்னு பெரிய மூச்சு உட்டுக்குன்னு காவாக்குள்ளேயே முன்னால்ல பின்னால்ல சொழண்டுக்குன்னுவால சூத்துக்கு மேலே நெட்டுக்குத்தா தூக்கிக்கின்னு கத்தி மாதிரி சொவட்டிக்குன்னு பின்னாங்கால்ல உதறிக்குன்னு முன்னங்கால்ல பள்ளம் பறிச்சுக்குன்னு காவாக்குள்ளேயே வூடுக்கட்டுச்சு எவன் சூத்தையோ கொடலையோ எப்பண்ணாலும் கிழிச்சுடுங்கிறதுல்ல உத்தியா(உறுதி) இருப்பான். (கவனமா)

இத அவ்வளவு சாதாரணமா பின்னங்கால்ல அடிக்கமுடியாது. ஒரு ஒத உட்டுச்சுன்னா வெரக்கொட்ட ரெண்டும் மஞ்சுப்புடும் மனசால்ல புலிமாதிரி பாக்கும் நம்மல்ல துண்றமாதிரி இருந்தா அதுக்கு ஒரு நாழி ஆவாது ஆனா அது நம்மல்ல எப்படிக் குத்திப்போட்டு போவனும்னு நெனக்குறதுன்னாலேயே இம்மா நேரம் அதுக்கு ஆவுது அந்த சந்தர்ப்பம் தான் நமக்கான சந்தர்ப்பமின்னு இவனுங்களும் கையக்... கால... அசைக்காம கண்ண வச்ச எடத்துல்லந்து வாங்காமா கொளத்துல்ல மெதந்துக்குன்னுக்குற தவளமாதிரி முட்ட முட்ட முயிச்சு பாத்துக்குன்னுயிருப்பானுங்க அதே சமயம் நம்மநெனப்புல்ல நாம அதுங்களுக்கு முன்னால்ல ஒரு அண்டாத (அணைக்க முடியாத) இரும்புத்தூணுமாதிரி நெனச்சுக்குன்னு மொராளிச்சுக்குன்னு நிக்கனும். அந்த நெனப்புத்தான் அதுங்கள மெரள வைக்கும் அது மாடு தான் ஆனா அது நம்மல்ல எங்கேயும் பாக்காது அதுவும் நம்ம கண்ணத்தான் பாக்கும். ஒரு துளி பயம் நம்மக்கண்ணுல்ல பிசிறு தட்டுச்சு அது தலைய எறக்கி நிமித்தி அடிவயித்துல்ல ஏத்தி ஆட்டிடும். கொம்பு உயிருல்ல ஏறி கொடலுல்ல நொழஞ்சி முதுகுப்பக்கமா வந்து எட்டிப்பாக்கும் அவ்வளவுத்தான் பனங்கொதுக்க கொம்புல்ல குத்திக்கின்னு போற மாதிரி நம்மள தூக்கிக்குன்னு போயிடும்அது மாடுதான் புலி இல்ல. வெரப்பாட்டுல்ல உட்டா பெரிய கட்டில்ல கால மடக்கிக்கின்னுக்கூட உயலாம். ஆனா சாவுன்னு வந்துட்டா சப்பயா இருந்தாக்கூட புலி மாதிரின்னு நெனச்சுகுறது. இன்னொரு பொறப்புக்கு சமம். மாடே அப்படின்னா மனுசன் நாம எப்படியிருக்கனும் தொரவேலு அப்படித்தான்யிருப்பான்.

தொரவேலு இந்த மாதிரி மாடுகல்ல மடக்குறதுல்ல மொதல (முதலை) மாதிரி ஒரே வாயாக்கவ்விக்குன்னு தண்ணிக்குள்ள

முங்கிடுவார். நமக்கு ஒடம்புல கண்ணுன்னா அவர் உடம்பே கண்ணு அவன் துன்னாத கறிக்கடியாது இந்த ஒலகத்துல்ல. அவன் கறியத்தவுர எல்லாக்கறியும் துன்னுட்டான். தீவாளிக்கு தீவாளி பன்னிய அடிக்குறதுக்கு இவனத்தான் கூப்பிடுவானுங்க. கடப்பாறய எடுத்து மத்தவனெல்லாம் கொறஞ்சது அஞ்சு ஆறு அடியாது பன்னி மண்டையில்ல அடிப்பானுங்க ஆனா இவன் அடிப்பான் மொத அடியிலேயே பன்னி கொரல உட்டுடும் அதுக்கப்புறம் பொத்துன்னு பொத்துன்னு அடிதான் உயுமேக்கண்டி பன்னி ஹூம் இன்னாது.. ஆங் இன்னாது.. தொரவேலு ஒருப்பன்னிய அடிச்சப்ப காலக்கட்டி தரயில்ல கெடக்குற இன்னொருப்பன்னிக்கு காது கொய்யுன்னும் இந்தமாதிரி நாலுப்பன்னியாவது அடிப்பான்.

சிட்டிக்கு தட்றதுக்குள்ளே அடிச்சிட்டு வாருக்கு உக்காந்து இருப்பான். சலிக்காம அரை வீச(முக்கால் கிலோ) வார பச்சையா தேங்காய் பத்தையாட்டும் உக்காந்து மெல்லுவான். கொளத்துல பச்சத்தவள ஒண்ணுயிருக்காது. பக்குவமா தலயவெட்டி தோல உறிச்சு தவள தொடைங்கல்ல உப்பு மொளகா தடவி சட்டியில்லப் பெரட்டி (பொரட்டி) எச்சி வடிய வடிய துன்னுன்னிருப்பான்... இருளருங்கக்கூடப்போயி காட கௌதாரி உடும்பு புடிக்க கத்துக்குன்னான். விலாங்கு மீன புடிக்க கத்துக்குன்னான்.

காட்டுப்பூனைங்கள தொரத்த ஆரம்பிச்சான்னா அது எந்த மரத்துமேல ஏறி ஓடுன்னாலும் அதே மாதிரி இவனும் ஏறி ஓடுவான். அதுங்க ஓடி ஓடிப்பாத்துட்டு இனி இவன் உடமாட்டான்னு நெனச்சுக்குன்னு அதுங்கல்லே சலிச்சுப்போயி இவங்கிட்டே அம்புட்டுக்கும் நெறய மொரக்காரிச்சுங்க இவங்கிட்டே இப்படித்தான் அம்புட்டுக்குன்னாளுங்க (மாட்டிக்கிட்டாங்க) ஆனா இவன் மேல ஒரு பிராது கெடயாது ஒருவேள இவன் அடாதுடுக்குன்னு நெனைச்சாளுங்களோ இல்ல இவன் சொகம் அப்படியாக்கொந்ததாவோ என்னாவோ அப்படியாப்பட்ட பொறப்பு இவன்து. தொரவேலு மேல சொன்ன மாட்ட பாத்துட்டான்னா சூத்து ஒட்டு தடிமன்னா இருக்குற வால கப்பா புடிச்சு மாட்டுக்கு "கிர்றுன்னு" மயக்கம் வர்ற மாதிரி ஒரு சுத்து சுத்துவான்.

மாடு பக்கவாட்டுல்ல மடிச்சமாதிரி முன்னங்காலு ரெண்டும் ஒண்ணோடு ஒண்ணா பெணஞ்சிக்குன்னு பின்னங்கால் ரெண்டும் வாரிக்கின்னு மல்லாக்க உயும் தொரவேலு சிங்கம் மாதிரி சிலுப்பிக்குன்னு அது நெஞ்சக்கொலயா கொதற மாதிரி..மேல பாய்வான். மாடு வேர்த்து வெலவெலத்துப்போயிடும். இருட்டுற வரைக்கும் பாப்பான் இருட்டுனப்பொறவு கத்திய மாட்டு கழுத்துல்ல வைப்பான் வெளிச்சம் இருக்குதா இல்லியா அதப்பத்தியெல்லாம் அவனுக்கு கவலயில்ல இருட்டில்லேயே மாட்ட தடவி தடவியே

அறுத்து உரிச்சு பிரிச்சு எடுத்துடுவான். சொட்டுக்கறி தோல்ல ஒட்டியிருக்காது கத்தி தப்புத்தவறி தோல்லையும் படாது கையிலேயும் படாது. தொரவேலு அப்பன் பந்தயத்துக்கு கண்ணக்கட்டிக்கின்னு பனமரம் ஏறி கொத்துல்ல உக்காந்துக்குன்னு கொலய கால்ல எட்டி ஒதைப்பான்னு ஊர்லப்பேசிப்பாங்க.. “டேய் தொரவேலு எப்படிடா ஒட்டக மாதிரியிருக்குற அந்தமாட்ட கீழெ தள்ளுண்ணன்னு” கேட்டா சொல்லத்தெரியாது ஊர்லயிருக்குற பெரியவங்க அவன “அவன் ஒரு வெட்டுக்கத்தி”ன்னு சொல்லுவாங்க“கீழக்கித்தியான் மாடன்னாக்கூட சுலபமா எப்படி ஒனக்கு மடச்சிக்குன்னு உக்காந்துக்குது”ன்னு தண்ணி வாங்கி கொடுத்து கேட்டாக்கூட பெனாத்தமாட்டான். ஆனா குடிச்சிட்டு சாவுல்ல அத ஆடிக்காட்டுவான்.

லுங்கிய அவுத்துட்டு கட்சிக்கரப்போட்ட டவுசர்ல்ல கூத்தாட நெஞ்சு நிமித்திக்கின்னு நிப்பான் துன்னக்கறியெல்லாம் அவன் உடம்புல்ல நரம்பாவேயிருக்கும். ஓடம்பு வேட்ட நாயி மாதிரி வயிறு எக்கி கயித்துத்தூக்கிக்குன்னு மூக்கு விரிஞ்சி காது பொடச்சிக்குன்னு.. பாக்குறதுக்கு தொங்காத புதுக்கயிறுக்கட்டுலு மாதிரியிருப்பான். அவன் விரலு ஒண்ணு ரெண்டுன்னு தாளவரிசியா கண்ணமூடி மனசுல்லப்போடுவான். விரலு ஒவ்வொண்ணும் சட்டியில்ல பொரியுற பெரம்பு மாதிரியிருக்கும் தாளம் ஒரு வரிசையில்ல கேக்குறப்ப ஒரு எத்து வைப்பான். அவன் காலு புலிக்காலு மாதிரி நமக்கே வரிவரியா தெரியும் காலு விரலெல்லாம் பெரிய பெரிய நகமா தெரியும்.

கால் நகம் மண்ணப்பிராண்டும். இன்னொரு எத்து முன்னேறி மொள்ளமா பின்னால்ல திருப்பி வந்து பதுங்கும்போது கூட்டம் விசிலு பறக்கும். இந்த மொனயில்ல நின்னுக்குன்னு அந்த மொனைக்கு புலிமாதிரி பாயுவான். அப்படியே அந்த மொனயிலிருந்து தாவி மாடு மாதிரி நடுங்குவான் சிலுப்புவான் புலி உறுமும் மாடு கத்தும். எழவு வூட்டு சுருட்ட பத்தவச்சுக்குன்னு மாட்டு ஜவ்வுமாதிரியே மெல்லுவான் சுருட்டு பொக கப்பு (வாசனை)... சந்தன ஊதவத்தி பொக மாதிரியே மூக்குல்ல உறிவான் மோளம் அடிக்குறவன் இவன மாதிரி ஒரு நாதேரியாயிருக்கும் ஒருப்படி மேலேபோயி அவன் பல்லையும் நாக்கையும் கடிச்சுக்குன்னு அது டோலையும் சட்டியிலேயும் குமுக்கு குமுக்குன்னு குமுக்கும். சுத்தி நிக்குறவன் ஆம்பள பொம்பள சின்னவன் பெரியவன் கணக்கு இல்லாம விசிலு பறக்கும். எப்படியெல்லாம் மோளக்காரன் குமுக்குறானோ அப்படி அப்படியெல்லாம் ஒடம்ப திரிப்பான் குலுக்குவான் முறுக்குவான் திமிறுவான். இந்தக் கூட்டத்துக்கும் சாவுக்கும் எந்த சம்பந்தமும் இல்லாதமாறி ஆயிடும். அது அறியாப்பசங்க சாவாயிருந்தாலும் சரி கெழக்கட்டு சாவாயிருந்தாலும் சரி.. காலானியாளுங்க தெருவுல்ல

இந்தமாதிரி கூத்தாடியினாயிருக்கிறப்ப அந்தப்பக்கமா போற வெள்ளாயனுங்க அதப்பாத்துட்டு வித்தியாசமா சிரிப்பானுங்க. ஊர் தெருவுல்ல இதெல்லாம் கேலி கிண்டலுமாயிருக்கும்.

வெள்ளாயனுங்க அவ்வளவு அலுப்பசுலுப்பமா காலனியாளுங்க சாவுக்கு வரமாட்டானுங்க ஒரு வேளை செத்த ஆளு அவன் கம்பத்துல்ல இருந்தா நடுராத்திரி இல்லன்னா விடிக்காத்தால்ல வந்துப்பாத்துட்டு ஏதாவது துட்டு பாலு கருமாந்தரத்துக்கு அரிசி பருப்புன்னு ஏற்பாடு பண்ணிட்டு போவாங்க.

அப்பல்லாம் சாவு உய்ந்தா எடுக்குறதுக்கு ரெண்டு நாளுக்கூட ஆயிடும். எழவாளு கெளம்பி ஊர் ஊரா அந்த கட்சியிலர்ந்து இந்த கட்சிவரிக்கும் ஊருங்களுக்கு சொல்லி முடிக்குறதுக்கு ஒண்ணு ஒன்ற நாளு ஆயிடும் சொந்தக்காரன் கெளம்பி வரணும்..எழவாளு போன நேரத்துல்ல வூட்டுல்ல ஆளுயிருந்தா ஆச்சி இல்லண்ணா கயினி கயினியா வெளியூர்லப்போயி தேடமுடியாது. எழவாளு மளிகைக்கடையில்லப் போயி இன்னார் பாத்தியக்காரு இன்னார் ஊருல்ல செத்துப்போயிட்டாங்கன்னா அண்ணாச்சி கேட்டு அத பத்திரமா எழுதிவச்சுக்குன்னு சாயங்காலம் கயனி வேல முடிச்சுட்டு சாமான் வாங்க வரும்போது அண்ணாச்சி சொல்லுவாறு அய்யோ குய்யோன்னு அங்கேந்து அய்துக்குன்னு பொரண்டுக்குன்னு பஸ்ஸப்புடிச்சு பஸ் இல்லண்ணா வண்டிக்கட்டிக்குன்னு அதுவும் இல்லண்ணா நடந்தே ராவு எத்தனியானாலும் எழவு ஊட்டாட்டண்ட வந்து ஊந்துடுவாங்க. நம்ம ஊர்லயும் இப்படி ஒரு அண்ணாச்சிக்கடயிருந்துச்சு

அப்ப எல்லாக்காலனியிலும் ஒரு அண்ணாச்சி மளிகைக்கட இருந்துச்சி அதுக்கு முன்னால்ல ஒரு சாமான்னாலும் ஊர் தெருவுக்குத்தான் வரணும் காலனிக்கும் ஊர்தெருவுக்கும் ஒண்ற பர்லாங்கு தொலவு அண்ணாச்சி கடவச்ச புதுசுல்ல யாரு சாமான் வாங்குன்னாலும் கட்சியா ஒட்சக்கடல ஒரு கை குடுப்பாரு ஊறுகா அரைக்க தேங்காபத்த வாங்கப்போனா தேங்காய்தண்ணி குடுப்பாரு எங்கம்மா நாலு சாமான் வாங்கி வரச்சொன்னா நான் ஒட்சக்கடலைக்காக சலிக்காம நாலு தபா கடைக்கு ஓடி ஓடியாரு வேன். அண்ணாச்சி மொத தபா ஒரு கப்பு தருவாரு. ரெண்டாந்தப அதுல்ல கொஞ்சக் கொறையும் மூணாந்தப நாலாவது தபன்னா மூஞ்சப்பாக்காம எங்கேயோ பாத்துக்குண்ணு வெறுப்பா சும்மா ரெண்டு மூணு பருப்பு நிக்குறமாதிரி வெரல்ல எடுத்து தருவாரு. காலனி ஆளுங்களுக்கு மளிகை சாமான் கடன் கொடுத்தது இந்த அண்ணாச்சிக் கடைதான். அப்பல்லாம் நல்லதுக்கெட்டதுக்கு ஊர்தெருக்கடையில்ல கடன் வாங்குன்னா கம்பத்துல்ல யிருக்குற வெள்ளாயன்கிட்ட சீட்டு எழுதி வாங்கிக்கின்னு வரணும்.

எல்லார் ஊட்டுலேயும் ஒரு சின்ன நோட்டுயிருக்கும். எனக்கு தெரிஞ்சு காலனியாளுங்க கிட்டே சிரிச்சுப்பேசி பழகுன்னா வேற சாதிக்காரங்க அண்ணாச்சி மட்டுந்தான். இன்னாத்தான் சிரிச்சுப் பேசி பழகுன்னாலும் கட்சி (கடைசி) வரைக்கும் ஒட்டுமிருக்காது உறவுமிருக்காது. எண்ணயும் தண்ணியாட்டமாயிருக்கும். மார்கழி மாசத்துல்ல பெருமாள் கோயில் பஜனைக்காரங்க வந்தா வெளக்குக்கு எண்ணெய் குடுத்துடுவாரு ஆடிமாசத்துல்ல கூழ் ஊத்த வீதம் கேட்டா குடுப்பாரு தேங்கா கற்பூரம் ஊதவத்தி குடுப்பாரு.

ஊர்ல்ல ஒரே ஒரு சாயுபு குடும்பம் இருந்துச்சு. சாயுபு சாக்கெட்டு தைப்பாரு அவரு பொண்டாட்டி ஊக்கு தைக்கும்... எமிங் பண்ணும் காலனியில்லயிருக்குற எந்தக்கோயிலுக்கும் வீதம் குடுக்கமாட்டாரு. பஜனைப்பாடி வரவுங்களுக்கு வெளக்குல்ல எண்ணெய் ஊத்தமாட்டாரு ஊர்வீதம் கேளுங்க கோயிலுக்கு வீதம் கேக்காதீங்கன்னுவாரு சாயுபாக்கூட இந்த தகராறு வருஷா வருஷா நடக்கும் காலனி கொழந்தைங்க சீக்குன்னா காலனா வாங்காமா மந்திரிப்பாரு குலுச்சம் கட்டுவாரு. ஒவ்வொரு வியாயக்கெயமயும் இவருக்கிட்டே குலுச்சம்போட வெளியூர்லந்தல்லாம் ஆளுங்க பஸ் ஏறியும் வண்டிக்கட்டிக்குன்னும் நடயாவும் கொயந்தீங்கல்ல தோள்மேல் போட்டுக்குன்னு வருவாங்க. முப்பது நாப்பது சைக்கிளுன்னு வந்த ஆளுங்களது குவிஞ்சுப்புட்டுயிருக்கும். சாயுபு ஊட்டு தின்னமேல் வரிசையா தனித்தனியா வெந்தயம் காயிதம் அரைச்சு பூசுன்ன ஒரு மரக்கா அளவு கூடைங்க இருக்கும். வர்றவங்க. மருந்து வாங்கின்னு குலுச்சம் போட்டுக்கின்னு பயத்தம் பருப்பு நொய்யி நெல்லு புளி வேர்கடலை எள்ளு காஞ்ச மொளகா ஊறுகா மொளகா கிச்சிலி ஊறுகா எலுமிச்ச ஊறுகா அரிசி வத்தலு முள்ளுக்கத்திரிக்கா வத்தலு நாட்டு கத்திரிக்கான்னு மந்திரிச்சதுக்கு பதிலுக்கு கூடையில்ல போட்டு போவாங்க கேவுருக்கு மட்டும் கூடையிருக்காது கோணிப்பைய வச்சிருப்பாரு கேவுரு கோணி மட்டும் ரொம்பி வழியும் கேவுரு போடுறவங்க வெளியூர் உள்ளூர் காலனியாளுங்களா இருப்பாங்க இல்ல பள்ளிங்களாயிருப்பாங்க நெல்லு நொய்யுபயத்தம் பருப்பு புளி காய்ஞ்ச மொளகா போடுறவங்க ஊர்த்தெரு வெள்ளாயமுடாயிருக்கும்..ஊறுகா மொளகா..கத்திரிக்கா முள்ளுக்கத்திரிக்கா வத்தல்.. வேர்கடலை எள்ளு எலுமிச்சை கிச்சிலி ஊறுகாய் போடுறவங்க ரெட்டிங்க நாயுடுங்கல்லா இருப்பாங்க சாயபு பஜனக்கோயிலுக்கு தீர்வு குடுக்காததனாலேயும் எண்ணெய் ஊத்தாமபோனதாலேயும் பஜனைக்கோவில்காரங்க தூண்டி உட்டு காலனி மத்தியஸ்தருங்க சாயுபுக்கிட்டே யாரும் பேச்சுவயக்கு வச்சுக்கக்கூடாது நீர்நெருப்பு கொடுக்கக்கூடாதுன்னு ஊர்க்கட்டுபாடு போட்டுடாங்க தொரவுல்ல தண்ணி எடுக்கவுடல்ல. அதனால சாயுபு பக்கத்தூர்லப்போயி தண்ணி எடுத்துக்குன்னு

நத்தைகளைக் கொன்ற பீரங்கிகள் 26

வருவாரு மளிகைக்கடையில்ல சாமான் வாங்கக்கூடாதுன்னு சொன்னதுன்னால்ல ஊர்த்தெருவு கடையில்லப்போயி சாமான் வாங்கினாரு தண்ணிக்குடுக்கக்கூடாதுன்னு பக்கத்து ஊருக்கு காலனி மத்தியஸ்தருங்க கடிதம் குடுத்து அனுப்பிச்சாங்க. ஊருத்தெருவுல்லயிருக்குற கடயில்ல சாமான் கொடுக்கக்கூடாதுன்னு கடகடயா போயி சொன்னாங்க ரெண்டாயிரம் தலக்கட்டுக்கு நடுவுல்ல சாயுபு குடும்பம் பட்டப்பகல காக்காங்கக்கிட்டே மாட்டுன ஆந்தயாட்டம் திக்கி திணறிப்போச்சு காலனி மத்தியஸ்காரங்க பொண்டாட்டியெல்லம் பயந்தாங்க சாயுபு சூனியம் வச்சிடுவாருன்னு. பாயம்மாக்கிட்டே பொம்பளைங்க ஊட்டு ஆம்பளைங்களுக்கு பயந்துக்குன்னு பேசல. பாயம்மாக்கிட்டே குடுத்த அளவு சாக்கெட்ட வாங்கக்கூட பயந்தாங்க பாயம்மா யாருக்கிட்டேயும் பேசலன்னாலும் அவங்க கண்ணுல்ல எப்பேயுமே ஒரு சிரிப்பு இருந்துக்குன்னேயிருந்துச்சு அவங்க ஊரவிட்டு போற வர்றீக்கும் யாரையும் கோவமாவே பாக்குல்ல

ஒருநாள் சாயுபு குடும்பத்தோட யாருகிட்டயும் சொல்லிக்காம கொள்ளாம ஊரவிட்டே போயிட்டாரு சாயுபு ஊட்டு தெருவுலயிருக்குறவங்களுக்கு பக்கத்துல்ல இருக்குறவங்களுக்கு பக்குன்னு ஆயிடுச்சு. கட்டுப்பாடு போட்டவன்லாம் கொல நடுங்கி போய்ட்டான் ஊட்டு கூரைமேல..வேலி ஓரம் பாய் தகடு கோயி முட்ட எதாவது மந்திரிச்சுப்போட்டிருப்பாரோன்னு தேடி தேடிப்பாத்து பயந்தாங்க பாய் அவரு ஊட்ட நத்தம் பொறம்போக்குல்லத்தான் கட்டியிருந்தாரு மண் செவத்தமட்டும் உட்டுட்டு ஒல கொம்புன்னு வாசக்காலு கதவுன்னு ஒரு கூப்புலு கெடயாது அவர் வாழ்ந்த ஒரு அடையாளம் இல்ல வாசல்ல நாகூர் கொடி கம்பம்.. போட்டா..புறா கூண்டு..அதுல்லயிருக்குற பீ வரிக்கும் தொடச்சி வச்சிருந்தது வொறும் மண்சுவரு மட்டும் நின்னுக்குன்னுயிருந்துச்சு ஊரே செவுத்த சுத்தி நின்னு வேடிக்கப்பாத்துச்சு.

வாய் உட்டே ரெண்டு பொம்பளைங்க அயுதுச்சுங்க. சாயுபு நீ எங்கயிருந்தாலும் நல்லாயிருப்ப உன் தயாள மனசுக்கு. ஆனா உனக்கு எதிர் கலகம் வச்சவன் கௌப்பிவிட்டவங்க பஜனக்காரங்க அவனுங்களுக்கு செய்வினை வை.. அனுப்பி உடு குட்டிச்சாத்தானுங்கல்ல... முட்ட மந்திரிச்சு அவனுங்க ஊட்டுமேலபறக்க உடு சூத்துல்ல உட்டு கொடயவுடு ரத்தவாந்தி எடுக்க உடு ஐ நெல்லூர மருமவ தெகிரியமா பேசுனா பேதிப்புடிங்கிற பயத்துல்லயும் ஊர் பகீர்ன்னு சிரிச்சுடுச்சுங்க ஆனா சாயுபும் அப்படியில்ல சாயுபு பொண்டாட்டியும் அப்படியில்ல... அல்லாசாமி.. எங்கந்தாலும் அவுங்கல்ல பாத்துக்கன்னு.. கூனி கெயவி வானத்தைப்பார்த்து கையெடுத்து கும்பிட்டு சொல்லும்போது

கண்ணுல்ல நீரு தெரண்டுச்சி மனசாலுங்க மனம் வெதும்புறமாதிரி பல்லுல்ல ஒரு சொல்லு படாதேம்மா அண்ணாச்சியாவாது பெரியவங்க சின்னவங்கன்னு பாக்கமாட்டான். எவ்வளவு பெரிய வயசுக்கொந்த ஆளையும் நெஞ்சுலறைஞ்சமாதிரி பேரிட்டு கூப்பிடுவான் போயா வாயான்னு எகிடியம் பண்ணுவான். கொஞ்சம் சளைச்சா வாடா போடான்னுவான் வெள்ளாயனுங்கமாதிரி ஆனா பாயும் சரி பாய் பொண்டாட்டியும் சரி மொற வச்சுத்தான் கூப்பிடுவாங்க சாயுபு பொஞ்சாதி யாரப்பாத்தாலும் அது தலக்காய்ஞ்சதா காயாததலாம் இல்லாம்மா அண்ணன் அண்ணி தம்பி தங்கச்சின்னு கூப்பிடும் அந்தம்மா நம்மல்ல மொறவச்சு கூப்பிடும்போது நம்மளுக்கே ஆசையாயிருக்கும் அவங்க சாப்பிடற நேரத்துல்ல போயிட்டா போதும் யாராந்தாலும் சாப்பிடணும் சாப்பிடீறியான்னு கேக்கமாட்டங்க தட்டுல்ல சாப்பாடுவந்து தானா நிக்கும் அவங்களுக்கு ஒரு முட்டன்னா நமக்கும் ஒரு முட்ட அவங்க தட்டுல்ல ஒரு மீனுன்னா நம்ம தட்டுல்லயும் ஒரு மீனு அது ஒரு மீனாயிருந்தாலும் பாதி பாதியா பங்குடற தயாள குணமாச்சே பாயிக்கு யாருமே வெளியாளுக்கெடயாது. காலனியாளு மாதிரியே இருப்பாரு மாமன் மச்சான் சித்தப்பா பெரியப்பான்னுதான் உறவு ஐ நெல்லூரான் மருமவ மீது பஜனக்கோவில்காரனுங்களுக்கு செம கோவம். ஆனா பில்லி சூனியம் பயத்துல்ல கம்முன்னு இருந்துட்டானுங்க. ஆனா அவ உடவேயில்ல

"ஒரு ராத்தியாவது ஒம்போது பத்துக்கெல்லாம் பஜனைய முடிச்சிட்டு முழிச்சுனுயிருக்குற காலனி புள்ளைங்களுக்கு மூக்கடலையும் சக்கரத்தளுவும் பங்குட்டு கொடுக்கனும்ன்னு நெனைச்சானுங்களா பன்னேண்டு ஆவும் ஊர் புள்ளைங்க தூங்கிட்டப் பொறவு நடுராத்திரியில் அவனுங்கள்லே அந்த நாலு ஊட்டுக்காரனுங்குள்ளேயே பங்குட்டுப்பானுங்க" தெருவில் கத்திக்கொண்டிருந்த ஐ நெல்லுரா மருமவல்ல பஜனைக் கோவில்காரன்கள் ஒருத்தன் கூட அவ பேசுனத காதுல்ல போட்டுக்குனதுமாதிரி தெரியுல்ல

சாயுபு யாரு கண்ணுல்ல படலன்னாலும் தானிக்கண்ணுல்ல படுவாரு. தானி ஆட்டுத்தோலு மாட்டுத்தோலு எடுத்துக்குன்னு பாயுங்கக்கூட அடிக்கடி பட்டணம் போறதுன்னால்ல பாத்துருவாறு... பாத்தா திரும்பவும் ஊருக்கு வர சொல்லுன்னுக் காலனியாளுங்க சொல்லி அனுப்பிச்சாங்க ஆனா தானி கண்ணுல்ல பாய் படவேயில்ல.. காலனியில்ல கொய்ந்தீங்களுக்கு மாசநோய் வந்தா மந்திரிச்சு குலுச்சம் போட பாய் இல்லீயே. இங்கிருந்து செலவுப்பண்ணீக்கீன்னு பொன்னேரி..பயவேற்காடு போவறாதாக்கீதேன்னு பொம்பளைங்க காலனி மத்தியஸ்தாருங்கல்ல

திட்ட ஆரம்பிச்சுதுங்க வெளியூர்லர்ந்து கொயந்தீங்க பீசிக்கின்னு வாந்தியெடுத்துக்குன்னு தலைய தொங்கப்போட்டுக்குன்னு ஆளுங்க வந்து வந்து திரும்பி போறதப்பாத்து காலனியிலயிருக்குற எல்லோருக்கும் பாவாமாயிடுச்சு. வெளியூர்லர்ந்து வர்ற ஜனம் மொட்ட சுவரப்பாத்ததும் தூக்கிவாரிப்போட்டுச்சு. ஒரு சில பொம்பளைங்க எம்புள்ள இனி இன்னா ஆவுமோ ஏது ஆவுமோன்னு செவுண்டு உயுந்துடுவாங்க. திக்கு இருக்குறவன் கொயந்தய தூக்கின்னு வேற எடத்துக்கு ஓடறான். இல்லாதவன் ஒயக்கு கேவுரு எடுத்துக்குன்னு வந்து நின்னுட்டு தலையெயுத்தேன்னு(தலையெழுத்து) அக்குடொக்கு இல்லாத அனாதயா திரும்பிப்போறான். இந்த ஒயக்கு கேவுருக்கு ஏழுரு தேசத்துல்ல எவனும் ஓதமாட்டான். நீ எத்தினி பாயன்னாலும் பாரு காட்டூரு சாயுபு மாதிரி ஆவுமான்னா. அன்னம்மா சித்தி. பாய் இருந்தப்பக்கூட அவரப்பத்தி யாரும் பெருசா பேசிக்கல்ல. அவரு இல்லாதப்பத்தான் நெயல்(நிழல்) மரத்த வெட்டுனாப்போல ஊரு கலகலத்துப்போச்சு

“அவர் தான் பாயாச்சே அவருக்கிட்டே ஏண்டா கோயில் வீதம் கேட்டீங்க”..ன்னு அம்பேத்கர் மன்றம் வச்சிருந்த சிவலிங்கம் அண்ணன் காலனி மத்தியஸ்தருங்கல்ல கேள்விக்கேட்டாரு

“எத்தையாவது கேள்வி கேட்டு கலகம் பண்ணிட்டு போயிடு பொம்பளைங்க எங்கள கேயா கேக்கட்டும்” மத்தியஸ்தர்கள் சிவலிங்கம் அண்ணனை குறை சொன்னார்கள்.

சிவலிங்க அண்ணனைத் தெரியாத ஆளுங்க யாரும் இருக்க முடியாது. எங்க ஊர்லர்ந்து தொடங்கி பயாற்காடு தாண்டி, கும்மிடிப்பூண்டி திருவள்ளூர் வரைக்கும் அவருக்கு பயக்கமிருந்துச்சு எங்க ஊர்ல அம்பேத்கர் படிப்பகத்த கட்டி எல்லாருக்கும் அம்பேத்கரைப்பற்றி புத்தரப்பத்தி பேசுவாரு., ஜனங்க கேட்டுக்குமேயொழிய, பின்னாலப்போயு அவருக்கு வேறவேல இல்லன்னு கொறப்பேசும். அதே சமயம் ஊர்த் தெருவுல்ல யாராவது கட்டிவச்சி அடிச்சா அவருக்கிட்டே வந்து நிக்கும். ஊர்த்தெருக்காரனுங்க இவரு எப்படா சாவன்னு பல்லக்கடிச்சுக்குன்னு நறநறன்னு காத்துக்குன்னுயிருப்பாங்க... ஆனான காலனியாளுங்க இவர வெறும் அல்ப சுல்பமாவே நெனச்சுக்குன்னுயிருந்தாங்க...

ஆனா சிவலிங்கம் அண்ணன் சொல்றது எங்கள மாதிரி ஆளுங்களுக்கு சரின்னு பட்டது. ஊர்ல்ல ரெண்டு வகைத்தான் இருந்துச்சு. ஒண்ணு பட்டக்காரன் குடும்பம். இன்னொன்னு நாமக்காரன் குடும்பம். கோயில் நிர்வாகிங்கல்ல பஜனக்கோயில்காரனுங்க மட்டும் தனியா இருப்பாங்க இவங்க நாமக்காரனுங்க. காலனியாளுங்கிட்டேயே பாதி வெள்ளாயன் மாதிரியே நடந்துப்பாங்க பட்டக்காரன்

ஊட்டுல்ல தண்ணிக்குடிக்க மாட்டாங்க... வெட்டியாரப் பசங்கன்னு கேலிப்பண்ணுவானுங்க மாட்டுக்கறி துண்ணமாட்டானுங்க எங்க அத்த ஒண்ணு நாமக்காரன் ஊட்டுல்லத்தான் வாய்ந்துச்சு. எங்க வூட்டுக்கு வந்தா தண்ணிக்குடிக்காது கேட்டாக்கா "நாங்க மாட்டுக்கறி துண்றோம்மா" அத்த ஊட்டுக்காரு மாமா வீட்டுக்கு வந்தார்ன்னா செருப்புக்கூட கவுட்டமாட்டாரு செருப்புன்னா புச்சுல்ல (புதுசு) வெள்ளாயமுட்டுல்ல பிஞ்சது இல்ல தொலஞ்ச ஜதையில்ல இதுல்ல ஒண்ணு அதுல்ல ஒண்ணுன்னு அத்தமாட்டிக்குன்னு அவருபண்ணுவாருப்பாரு ரகளை ராவான்னா ஊட்டு மேல எடுத்து வச்சுருவாரு கேட்டா நாயி தூக்கின்னு போயிடுமா அவரு மருமவ இறவானத்துல்ல நின்னுக்குன்னு காரி காரி துப்பும் "மான் தோலுல்ல தச்சது"ன்னு நாமம் போடாம வெளியே போவமாட்டாரு. பொரட்டாசி ஆச்சுன்னா அத்தினி நாமக்கார குடும்பமும் கும்பல் கும்பலா கோயிந்தாப்போட்டுக்குன்னு திருப்பதிக்கு நடந்தே போவானுங்க காலனிய தாண்டறவரிக்கும் குடும்பமே ஊடு ஊடா வந்து உண்டிய வச்சுக்குன்னு நின்னுடும். எட்டணா ஒருபா.. அதிகமா ரெண்டுரூபா போட்டவன் அவன் அம்மா ஊட்டு வகையறா இருப்பான். உண்டியான்னாக்கூட மொய்க்கணக்கு மாதிரித்தான் உண்டியல்ல துட்டு போட்டவன் திருப்பதி போவும் போது இவன் பதிலுக்குப் போடணும். எவ்வளவு பக்தியா கோவிந்தா போட்டாலும் உண்டில்ல யாரு யாரு எவ்வளவுப் போடறாங்குறத உத்தியா அவன் பாப்பான். அவன் பொண்டாட்டி கவனிப்பாள் புள்ளைங்க கூட்டிக்குன்னே வரும் உண்டிய கொட்டி எண்ணவத்தேவயில்ல.

சிவலிங்க அண்ணன் பிச்ச எடுத்து போறதுக்கு பேரு பிராத்தனையா மாதாக் கோயிலுக்காரன் ஊருக்கு வர்றதுக்கு முன்னால்ல இவனுங்கந்தான் பேரு மாத்திவச்சானுங்க அதுக்கு முன்னால்ல சுத்துவட்டாரத்துல்ல ஊர்ல குடும்பத்துல்ல நல்லா ஆண்டு வாழ்ந்து செத்துப்போனவங்க பேர வச்சானுங்க பூ வகையில்ல மரம் வகையில்ல மீனு வகையில்ல பட்சி வகையில்ல முன்னோர்க்கதையில்ல கூத்துல்ல நாடகத்துல்ல வர்ணனையில்ல வர்ற எல்லா நல்லவன் அறிவாளி வீரன் வல்லவன் பேரு வைப்பான். இவனுங்க எத எடுத்தாலும் அதுல்ல நாமம் போட்டுக்குதான்னு பாப்பானுங்க நாமங்காரன் பேரா வைப்பான் அதுவும் பெருமாள் கோயிலாண்ட கொய்ந்த எடுத்துக்குன்னுப்போயி மொட்ட அடிச்சி பேருவைப்பான் ஊட்டுக்கு ஒரு ஏழுமலை கோயிந்தசாமி கிருஷ்ணன் வெங்க்டேசன்னு பேரா வெளங்குச்சி பேர மாத்தி வச்சமாதிரி திருவியா கூத்தயும் மாத்துனானுங்க...அதுக்கு முன்னாடி புலேந்திரன் கதை அரிச்சந்திரன் கதை நல்லத்தங்கா கதைன்னு கூத்துங்க இருந்துச்சி. இவனுங்க ஊருல்ல தலையெடுக்க ஆரம்பிச்ச பின்னாடி கர்ணமோட்சம் கீசகவதம் படுகளம்ன்னு இராமாயணம் மகாபாரத

கதைங்களா வந்துச்சி. அதவிட பெரிய விசயம் இவனுங்கல்லாம் ஒரே கட்சியில்ல இருப்பானுங்க காலனியில்ல ஊர்த்தெருவுக்கு எதிரா ஒருக்கத நடந்தா ஒரு சொல் எழுந்தா எப்போ விடியும்ன்னு கொட்ட கொட்ட முழிச்சுக்குன்னு இருப்பானுங்க அதுல்லயும் ரெண்டுப்பேரு முன்னால்ல பேரு தட்டிக்குறதுக்கு நடு ராவாண்ணாலும் பரவாயில்ல பூச்சிப்புழு கட்சாக்கூட பரவாயில்லைன்னு தெருவுல்லப்போவாம்ம நடுக்கயனி மேலேயே போவான் இந்தக்கதய மடிலக்கட்டிகின்னு. அதுல்லயும் கத பட்டக்காரன் ஊட்டுதுன்னா இன்றும் வசய நடப்பான்.

சாவு ஊட்டாண்ட வந்தாக்கூட அதுவும் கிட்ட பாத்தியம்ன்னாக் கூட பட்டக்காரன்னா எட்டவே நிப்பானுங்க. மோள அடிக்கிற எடத்துல்ல எட்டிக்கூட பாக்கமாட்டனுங்க ஆடறவுங்கல்ல கேவலமா பாப்பானுங்க அவங்களுக்கு ஆர்மினியமும் தபேலாவும் ஜால்றாவும் தான் ஒஸ்தி தானி பெரியப்பையன் புத்தர் பஜனைக் காருங்களப்பாத்தாப் போதும் “அரி அரி நாராயண்ணா. ஜிங்கு சக்கு ஜிங்கு சக்கு”ன்னு பாடிட்டு பாதி நாக்க வெளித்தள்ளுன மாதிரி நாக்க கடிச்சுக்குன்னு வாயில்ல விசல ஊதி “ஜிங் ஜிங் நாக் நாக் ஜிங் ஜிங் நாக் நாக்”..ன்னு சட்டி வரிசையில்ல ஒண்ணு வாசிச்சு இடுப்ப ஆட்டி ஒரு குத்து உடுவான். பஜனைக்கோயிலுக்காருங்க புத்தரப் பாத்து அதுக்கு “டேய் செத்தமாட்டுக்கறி யாரு உனக்கு பேரு வச்சது உன் வளப்பு எப்படியிருக்கு”ம்ன்னுட்டு போவாங்க புத்தர பஜனக்கோயில்காரங்க செத்த மாட்டுக்கறின்னே கூப்டுவாங்க காலனியாளுங்கல்ல ஊர்தெரு ஆளுங்க கூவு களி மொத்தன்னு கூப்புடுறமாதிரி. தானி மகனுக்கு புத்தர்ன்னு பேரு வச்சது சிவலிங்க அண்ணன். எப்பயுமே பஜனைக்கோயிலுக்காருங்களுக்கும் சிவலிங்க அண்ணனுக்கும் ஆவாது ஆனா சிவலிங்க அண்ணன் அப்படியில்ல... அவங்ககிட்டே உறவா இருப்பார். பெருமாள் சிலையெல்லாம் புத்தர் சிலைடான்னுவாரு

“ஏண்டா காலனியில்ல இருக்குற ஆம்பள பொம்பள மட்டும் சாமி ஆடுறாங்க ஊர்த்தெருவுல்ல ஒருத்தர் கூட சாமியாடுறதுல்ல ன்னுவாரு நம்ம ஆடற சாமி உண்மன்னா ஊர்த்தெருக்காரன் நம்மல்ல கையெடுத்துக் கும்பிடுன்னும்மா வேணாமா ஆனா ஊட்டுல்ல சேக்க மாட்டுறான் கொள்ளப்பக்கமா வான்றான்னே கூலிய தூக்கிப்போடுறான்னே தண்ணிய தூக்கி ஏன் ஊத்துறான் கூவ எதுக்கு ரெண்டு கையிலயும் வாங்கி குடிக்க சொல்றான் சரி நம்மல்ல உடு. நமக்கு சாமி வராது ஆடுறவங்களையாவது கோயில்ல சேக்கலாம்மா வாணாம்மா... சாமி ஆடாத ஐயருங்குல்ல எதுக்கு கோயில்ல சேக்குறான் நம்மல்ல அந்த தெருப்பக்கமே ஏன் போவவுட மாட்டுறான்”னு வாரு இதையெல்லாம் அவுங்க விதண்டா வாதமா பாத்தாங்க

புத்தர் சின்ன வயசுல்ல அவன் அப்பா தானி எங்க மோளம் அடிக்கப்போனாலும் கூடவே கௌம்பிடுவான் அது சாவான்னாலும் வாவான்னாலும் எப்பயும் அவனுக்கு மூச்சுண்டைக்கு கொறவு இருக்காது. சட்டிக்காசிக்குடுக்குறது குச்சி மாத்தி குடுக்குறது சட்டிக்காச வைக்கா இல்லண்ணா யாரு ஊட்டு போருல்ல கொட்டயில்லன்னு புடி வைக்காவாது சுண்டிக்கின்னு வருவான். சாவு வூட்டுல்ல தேங்கா பழம் அரிசி பருப்பு கொடுத்தா பத்திரமா ஊட்டுல்ல எடுத்தாந்து சேக்கறதுன்னு இருப்பான். கொஞ்சம் பெரிய பையனானதும் இதுக்கெல்லாம் வெக்கம் வந்துச்சி.

சிவலிங்க அண்ணன் ஊரு ஊரா சுத்துவாரு. காலனியில்ல எங்கப் பிரச்சின்னைனாலும் அங்கயிருப்பாரு போலீஸ் கோர்ட்டுன்னு திருப்பாலைவனம் செங்கல்பட்டு..சைதாப்பேட்ட பொன்னேரின்னு ஊர் ஊரா ஓய்வு ஓய்ச்சல் இல்லாம்ம சுத்துக்கின்னேயிருப்பாரு. வாரத்துக்கு பத்து நாளிக்கு ஒரு தடவன்னு ஊட்டுக்கு வருவாரு அவரு வந்தா அவர சுத்தி மன்றத்து ஆளுங்க உக்காந்துப்பாங்க அவரு மணிக்கணக்கா பேசுவாரு பத்து நாளுப்பொறுத்து வர்றோம்மே ஊட்டுல்ல அரிசியிருக்குதா பருப்பு இருக்குதா புள்ளைங்க இன்னா ஆச்சி பொண்டாட்டிக்கு இன்னா ஆச்சி இந்த மாதிரி எந்த கவனமும் இருக்காது ஊருக்கத..ஊருக்கத..ஊருக்கத யாருப்போனாலும் அவரு ஊட்டுல்ல வெல்லம் போட்ட கருங்காப்பி குடுப்பாங்க அப்போ அவரு புத்தரப் பாத்துக்கேட்டாரு

“ஏம்ப்பா உங்கப்பனாக்கூட மோளம் அடிக்கப் போற தில்லையாமே”

புத்தர் சொன்னான்

“நம்ம ஊர்ல்லன்னாக்கூடப்பரவாயில்ல ஊர்த்தெருவுல்லப்போயி அடிக்குறது வெக்கமாயிருக்குது பெரியப்பா.”

அவன அண்ணன் ஒரு நொடிப்பாத்தாரு அவரு அழுவுற மாதிரி இருந்துச்சி ஆனா கண்ணுல்ல சொட்டுத்தண்ணியில்ல ரத்னம் சொன்னாரு

“அதுக்கு இன்னாடா வெக்கம் புதுசா எப்பயுமே அடிக்குறது தானே”

சிவலிங்க அண்ணன் சொன்னாரு

“அது வெக்கமில்ல கோவம் அதத்தான் அவன் அப்படிச்சொல்றான் எத்தினியோ தடவ ஊர்த்தெருவுல்ல மோளம் அடிக்காத மோளம் அடிக்காதன்னு சொல்லிருக்கோம் தடுத்துருக்குறோம் மோளத்த புடுங்கி வெச்சிருக்குறோம் அப்பல்லாம் மறவாப்போயி சுடுகாட்டுல்லயாவது ஒரு சரம் வாசிச்சுட்டு வந்துடுவானுங்க...எப்டி போராடுன்னாலும்

தடுக்க முடியாது ராத்திரிக்கு பொண்டாட்டி புள்ளைக்கு நீ கஞ்சி ஊத்துறியான்னு கேப்பான் எகிறி அடிச்சிப்பேசுவான் நம்மலாலே பதில் சொல்லமுடியாது. ரோசத்த உட மானத்த உட பட்டினி ஒரு கதயில்லடான்னா அது நமக்கு தெரியும் இறையுற நம்ம வயித்தக்கூட இழுத்துக்கட்டிக்கலாம் கொய்ந்தீங்க வயித்த இன்னாப்பண்ணுறது தொண்டயில்ல கால வச்சு மெச்சுப்போட்டுடலாமா..எவ்வளவு நாளிக்கு புளியங்கொட்டய அவுச்சு துண்ணுவ பங்காரு வலக்கட்டய இடிச்சு துண்ணுவ. கோரக்கெழங்கயும் அல்லிக்கெழங்கயும் புடுங்கி துண்ணுவ மானத்தப்பாத்தா காட்டுவாசிமாதிரி காட்டுல்லத்தான் திரியனும். இப்படியெல்லாம் பேசுவானுங்க பதில் சொல்லமுடியாம்ம மன்றமாவது கின்றமாவதுன்னு வந்து கவுந்து அடிச்சிப்படுத்துக்குவோம் அய்யோ !... நொய் ஜலிக்கும்போது நொய்ய மடியில்ல கட்டிக்குன்னு வந்துச்சுங்கன்னு புடவய அவுத்து பாவாட சாக்கட்டோட ரைஸ்மில்ல நம்ம பொம்பளங்கல்ல நிக்கவச்சிக்கிறாங்கன்னும்போது மன்றத்த உட்டா வேற கதியே இல்லன்னு ஆயிடும் எல்லோரையும் கூப்புடுவோம். அலறி அடிச்சிக்குன்னு ஓடுவோம்.

“புத்தர் நீ மோளம் அடிக்கிறத உட்றாத மோளம் அடிக்குறது கேவலம் இல்ல அதுயாரு விருப்பத்துப்பேருல்ல நடக்குன்னறதுதான் கேள்வியே, மோளம் ஒரு விதத்துல்ல படிப்புத்தான் உத்துக்கவனிச்சா பள்ளிக்கூடத்து வாத்தியார் சொல்ற எல்லா எயுத்தும் இதுல்ல இருக்குது. பாட்ட நீ வார்த்தயாவும் கேக்கலாம் தாளமாவும் கேக்கலாம் ஒரு ஒரு எயுத்த கூட்டி கூட்டி வார்த்தயாவுறமாரி ஒரு ஒரு அடியும் கூடி தாளமாவுது. ஒரு ஒரு அடிக்கும் ஒரு எயுத்து இருக்குது அன்னிக்கு இதெல்லாம் மனக்கணக்குல்லேயே கலந்துக்குச்சு..இந்த கணக்கு யுக்தி நடுவுல்ல அறுந்துபோச்சி வெறும் சத்தத்த அடுக்கி அடுக்கி மொறவச்சி இன்னிக்கு நீங்க வேணுமின்னா பயகிக்கல்லாம் வாசிக்கலாம். அன்னிக்கி அது ஒரு படிப்பா படிக்காம இது வளர்ந்துயிருக்காது ஒரு சத்தம் என்ன அயவக்குது ஒரு சத்தம் என்ன சிரிக்கவக்குதுன்னா..இத எங்கது அறிஞ்சானுங்க உன் பாட்டனும் என் பாட்டனும். உன் பாட்டன் வாசிச்சது எனக்கு தெரியும் உங்கப்பன் வாசிச்சத நான் பாத்துக்குறேன் நீ இப்போ வாசிக்குறத கேட்டுக்குன்னுகீறேன் கண்டிப்பா உன் பாட்டனுக்கு பாட்டனும் வாசிக்காம இருந்திருக்கமுடியாது. சட்டிமேல பெரம்ப புடிச்சுக்குன்னு வச்சுக்குன்னுக்குற உன்கையபாக்குறப்ப என் ஞாவகம் இருவத்தியஞ்சி வருசம் பின்னாலப்போனா உங்கப்பன் கையாட்டமே இருக்குது. உன் வம்சத்துல்லயிருக்குற எல்லார் கையும் என் நெனப்பில்ல சரித்திர கதையாட்டம் வந்துப்போவுது”

“உன் பாட்டன் வாய் செமத்தன் ராக்கியப்பன் வாசிக்கிறப்ப கட்டிலுமேல கலத்திவச்சுக்குற பொணத்துக்கு வாசிக்கிறானா...ஊர்ல

இனிமே சாவப்போறவனுக்கெல்லாம் வாசிக்கிறான்னான்னுற மாரியே இருக்கும்..மனசக்கழுவி சாணித்தெளிச்சு கோலம் போட்டமாதிரியே ஆயிடும் அவன் சட்டி கழட்டி கீழ வைக்குறப்ப... உங்கப்பணும் லேசுப்பட்டவனில்ல ஆனா இப்போ என்னவோ அது தரிஞ்சிக்கின்னே (சரிந்துக்கொண்டே) வர மாதிரியாயிடுச்சி புத்தர் அடிடா மோளத்த உன் முப்பாட்டான் அடிச்ச அடி இன்னும் தொலைஞ்சுப்போன வாத்திய வகையையும் தாள வகையையும் தேடிக்கண்டுப்புடிச்சு, புத்தர் நீ அடிடா நம்ம அஞ்சுமுகத்த தேடு. தாரை தப்பட்ட நமரி எக்காளம் திருச்சாணம் அஞ்சம் ஒவ்வொரு வாத்தியமும் ஒவ்வொன்னுக்கும் ஒவ்வொரு குணம். சாந்தம் சந்தோசம் ரௌத்திரம் வசீகரம் கருணை. ஒவ்வொன்னுக்கும் ஒரு பூதம். நிலம் நீர் நெருப்பு காற்று ஆகாயம். ஒவ்வொன்னுக்கும் ஒரு உறுப்பு..மெய் வாய் கண் மூக்கு காது இந்த அறிவ பணிய வைக்குறதுக்குத்தான் அவன் ஊட்டு வாசல்ல எழவுக்கு மட்டும் நம்மல்ல வாசிக்க வச்சான். நம்ம உடம்ப அடிமை ஆக்க ஆம்பளை பொம்பளை மேலயிருக்குற துணிய அவுத்தான்."

புத்தர் இதை நல்லாக் கேட்டுக்குன்னான் சட்டி டோலு பலகன்னு எதத்தொட்டாலும் நெருப்பாட்டம் பரபரன்னு வாசிச்சான். சுத்து வட்டாரத்துல்ல புத்தர் மட்டும் குடிக்காம வாசிச்சான். ஊர் தெருவுக்கு மட்டும் எதுக்கும் வாசிக்கப்போவமாட்டான். எவ்வளவுக் குடுத்தாலும் மதிக்கமாட்டான். அதே மாதிரி குழிவெட்டறது செத்தமாடு தூக்குறது எழவாளு போவக்கூடாதுன்னு புத்தரால்ல நெறையபேரு முடிவு எடுத்தாங்க. புத்தர் வாலிபமானவங்களுக்கு மோளம் அடிக்கறதுக்கு கத்துக்கொடுத்தான்.

சிவலிங்க அண்ணன் பேச்சத்தவர வேறயாரு சொல்லயும் கேக்கமாட்டான். அப்புறம் எசையப்பத்தி படிக்க ஆரம்பிச்சான் படிக்குறதுன்னா குருவ வச்சு கத்துக்கறாட்டம் இல்ல. ஊர் ஊரா போய் வாசிக்கிறவங்ககிட்டே பழைய வாசிப்பு..புதிய வாசிப்புன்னு அறிஞ்சி வச்சுக்குறது. அதுல்ல மாத்தி போட்டு பாக்குறது. எல்லா காலனியிலர்ந்தும் புத்தர வாசிக்க கூப்பிட்டாங்க சட்ட இல்லன்னாலும் துண்டாவது மேலப்போடு. வொறும் ஒடம்புல்ல சட்டி வாசிக்காதன்னுவான். புத்தர் சட்ட போடாம வாசிக்கமாட்டான் கூட இருக்குறவங்களும் சட்டப்போடணும்ன்னு கட்டாயப்படுத்தினான். வயசுல்ல சின்னவனாயிருந்தாலும் அவன் பேச்ச நெறயப்பேர் கேட்டாங்க. ஊர் தெருவுல்ல வாசிக்கிறப்ப சட்டி வாசிக்கிறவன் உடம்புல்ல துணியிருக்கக்கூடாது மீறியிருந்தா ஊர்தெருவுல்ல இருக்குற புளியமரத்துல்ல கட்டிவச்சி அடிச்ச காலம் இருந்துச்சி புத்தர் பையில்ல எப்பியுமே அம்பேத்கர் படம் ஒண்ணு வச்சிருப்பான் சிவலிங்க அண்ணன் நாக்பூருக்கு போனப்ப அவனுக்கு

வாங்கின்னு வந்து கொடுத்தப்படம் எந்தக்காலனிக்குப் மோளம் அடிக்கப்போனாலும் அத எடுத்து எடுத்துக்காட்டுவான் முத்தம் கொடுக்க சொல்லுவான். மோளம் அடிக்கும்போது நெஞ்சுல்ல பாக்கெட்டுல்ல அந்தப்படம் பளிச்சுன்னு தெரியும். அவனப்பாத்தா அந்தப்படத்த பாக்கணும்ங்குறமாதிரியே பாக்கெட்டுல்ல அத தயார்பண்ணி வைச்சிருப்பான். சட்டிய கழுத்துல்ல எடுத்துமாட்டி விரலிடுக்குல்ல குச்சி வந்து நிண்ணுச்சுன்னா உல அடுப்புல்ல நெருப்புக்கட்டி செவக்குற மாதிரி மோளமும் அவன் கண்ணும் கொஞ்ச கொஞ்சமா செவக்கும். அடிய பாக்குறவன் அவன் கண்ணப்பாப்பான். இல்ல அவன் கையப்பாப்பான். கையி சட்டிக்கு மேல லேசா வைச்சு உதற மாதிரித்தான் இருக்கும். ஆனா சத்தம் நாலு பர்லாங்கு கேக்கும். அவன் கண்ணு ஒரு அடிக்கும் இன்னொரு அடிக்கும் நடுவுல்லயிருக்கிற காலியில்ல சொருவிக்கின்னு இருக்கும். காலியெல்லாம் ஒருப்பக்கமாவும்.. தாளமெல்லாம் இன்னொருப்பாக்கமாவும் பிரிச்ச வரிசையில்ல அவ ஆடிக்குன்னு இருக்குறத அவன் மூஞ்ச உத்து பாத்தவனுக்கு தெரியும். அப்போ அவன் பல்ல நறநறன்னு கடிச்சுகுன்னு..உதட்ட ரெண்டையும் குவிச்சுக்குன்னு இருப்பான். அவன் பல்ல கடிக்குறது பக்கத்துல்ல நின்னு டோலு அடிக்குறவனுக்கு காட்டு மரம் ரெண்டு உரசிக்கிறமாதிரியே கேக்கும்

புத்தரு வாசிக்கறப்ப தானிக்கு இப்பல்லாம் அவரு சாவ கழுவுறமாதிரி நெனப்பு வந்துச்சு. இந்த சாவு நெனப்பு கெடுதி எண்ணமா இல்ல. பேராசையின் முற்றுப்புள்ளியா, 'வளந்துச்சு இதை அவரு எல்லாரண்டையும் சொல்லுவாரு ஒரு நாள் புத்தர வாசிக்கச்சொல்லி..அவரு கண்ண மூடிக்குன்னு கேட்டாரு. அவரு சாவ கயிறுக்கட்டுல்ல கழுவி..தீட்டுத்தண்ணி ஊத்தி.. பங்கு பங்காளி நனைஞ்சி தீட்டுக்கழுவி..பொண்டாட்டிப்புள்ள.. சொந்தபந்தமெல்லாம் மேல உயுந்து பொரண்டு அயுது பாடயில்லவச்சி கட்ட வெரல சேத்துக்கட்டி தூக்கிக்குன்னுப்போயி அரிச்சந்திரன் காட்டுல்ல வச்சி விருத்தம் சொல்லி பாடி குழியில்ல எறக்கி மண்ணு மூடுறவரிக்கும் கண்ண மூடிக்குன்னு மோளம் அடிக்கச்சொல்ல கேட்டுக்குன்னே கனவாட்டம் காணறது யாரோ தானிய கேட்டாங்க பயமாயிருந்துச்சான்னு.. ம்ஹூம் இல்ல சாவுன்னு ஒண்ணு நெனப்புல்ல இருந்தா பானையில்ல நாலுப்படி அரிசி இருக்குறதே அதிகம்ன்னு தோணுது. எல்லாருக்கும் இப்படி தோணுச்சுன்னா இன்னாவும் தானி சீக்கிரம் நாம கொரங்கா(குரங்கு) ஆயிடுவோம். தானி சிவலிங்க அண்ணன மதிச்சாலும் அவர அவரால்ல பின்பத்த முடியல்ல தானி எல்லாரண்டையும் சொன்னாரு எம்புள்ள சுதந்திரமா இருக்கனும்ன்னா நான் அடிமையாயிருக்கனும்ன்னு ஏன்னா அந்த பூதம் எதாவது ஒரு

பொணத்தக்கேக்குது அது என் பொணமாயிருக்கட்டும்ன்னுவாரு. மாணிக்க மொய்லியாரு ஊட்டுல்ல மாடு செத்துப்போச்சின்னு மொய்லியாரு ஊட்டல்லர்ந்து தகவல் வந்தது. தானி செத்தமாட்ட வண்டியில்ல ஏத்திக்குன்னு சாலிமடத்து கொளத்துப்பக்கமா வந்து சேர்ந்தாரு. தானி கொளத்தாண்ட வந்து சேர முன்னரே பாதி ஊர் கத்தியும் சட்டியுமா வந்து காத்துக்குன்னுயிருந்தது. தெரு நாய்ங்க கும்பல்லா... ரெண்டு சக்கரத்துக்கு உள்ளேயும் வெளியேயும் வண்டிய சுத்திசுத்தி வந்தது வண்டி கொளத்துமேடு ஏறி நின்னது தானி மாட்ட அவுத்து தொலவாப்போயி கூசி அடிச்சு கட்டிட்டு வந்தார். வண்டி மாடுகள் ரெண்டும் செத்தமாட்ட களேபரமா தொலவுலர்ந்து பாத்துக்குன்னுயிருந்தது. தானி ரெண்டு மாட்டையும் திரும்பிப்பார்த்தார்.

அதற்குள் தானியோடு வந்த பெரியப்பையன் வண்டியை பின்னுக்கு நாட்டி மாட்டை சரிய உட மாடு பின்புறமாக சரிஞ்சி மடிஞ்சி உயுந்துச்சி. மாடு தரையில்ல சரிஞ்சதுதான் தாமசம் ஜனங்க மாட்டுமேலப்போயி படுத்துக்காத கொறயா.. ஒண்ணு தல எந்துன்னு சாணிய தடவுது. இன்னொன்னு கொடலு எந்துன்னு வண்டிகீல தடவுது. ஒண்ணு கால புடிச்சுக்குன்னு உடமாட்டேனுது. ஒண்ணு வசமா வாள கெட்டிமா புடிச்சு வச்சுக்குச்சு தானி எல்லோரையும் பின்னால் தள்ளி நிக்கச்சொல்ல துரத்தினார். இது பெரிய மாடு தோலை உரிக்க நேரமாவும் தொலாப்போயி உக்காருங்க என்றார். எல்லோரும் கத்தி சட்டியோட பின்னால்ல நவுர நாய்ங்க இன்னும் நாலு அடி பின்னாடி நவுந்துச்சு. இந்த காலனிக்காரங்க நமக்கு மிச்சம் வைப்பானுங்கல்லா மாட்டானுங்கல்லான்னு அதுங்க மூஞ் சில்ல ஒரு சந்தேகம்

தானி மாட்டின் வாயை புடிச்சு அவர் பக்கமா இழுத்து அயுத்தி அடித் தொண்டையில்ல கத்தியவச்சு அறுத்தார். மாட்டுத்தல கழுத்துலர்ந்து அறுந்து தனியா பொளந்துக்குச்சு துளி ரத்தமில்ல வெளரேன்னுயிருந்தது தானி செத்து ரொம்ப நேரமாயிருக்குதுன்னாரு. கழுத்து தோலுக்குள்ள உட்ட கத்திய தானி நெஞ்சு வர கில்லில்ல கோடுப் போடுறாமாதிரி சறுக்குன்னு ஒரு வலிவலிச்சாரு.. கத்தி நெஞ்சு வர வந்து நின்னுச்சு.

திரும்பவும் அத அதே மாறி வலிச்சாரு.. கத்தி வயித்ததாண்டி வெரக்கொட்டயாண்ட வந்து நின்னுச்சு. தானி வரஞ்ச கோட்டில்ல பொளந்துக்குன்னு தோலுல்ல சின்னக்கத்தியால்ல சுண்டிசுண்டி கைய உள்ள உட்டு நீக்கி முட்டிய மடக்கி உள்ள உட்டு அயித்தி இன்னொரு எக்கு முட்டியால்ல அயுத்தனுதும்தான் தாமசம் பாதி தோலு ஒருப்பக்கமா சதையிலர்ந்து பிச்சுக்குன்னு நடுமுதுகுவரீக்கும் பாளமா உறிஞ்சுது தானி மகன் வேறு கத்திய தேடுனான். தானி

மகனைப்பாத்து கீனமட்டுந்த்தான் கத்தி.

அப்புறம் கையிலியும் கால்லீயும் தோல ஒச்சு பிரிச்சுக்கணும் கட்சிவர்றீக்கும் கத்தின்னா ராவு ஆவும் நம்ம தொரவேலுக்கிட்டே இந்தமாதிரி மாடு மாட்டுச்சு பல்லுலேயே கடிச்சு தோல உறிச்சுடுவான்.. அதே மாதிரி தோல கால் உதைக்கிறப்ப கத்திய வாயில்ல வைக்காத தூரவை தோலுலப்பட்டுடும். இல்ல நம்மக்கையிலக் கூடப்படும். தோலு முக்காவாசி உறிச்சி முடிக்குறதுக்குள்ளே தொலவுலயிருந்தவங்க கொஞ்சகொஞ்சமா நவுந்து மாட்டுக்கிட்டே வந்து உக்காந்துக்குச்சிங்க.

கறி ருசியாப்பபட்டது. அதுங்க கண்ணுல்ல கொழம்பாகொச்சுது. ஒவ்வொருத்தர் கையிலயும் மாடு அறுக்குற ஒரு கத்தியிருந்திச்சு. ஆளுங்க நவுற நவுற அவுங்க பின்னல்லலேயே நாய்ங்க பொறுமையில்லாம நாலுக்காலயும் ஒச்சுக்குன்னு ஒச்சுக்குன்னு உக்காறதும்மா நிக்கறதும்மா அதுங்களுக்குள்ளேயே குத்தாலடிக்குறதும்மா இருச்சி சட்டி வச்சிக்குன்னு சுத்தி உக்காந்துக்குறவன் மனசுல்லயும் இப்படியாக்கொந்த அவஸ்த இருக்கத்தான் இருச்சி

“ங்கோத்தா தூரப்போங்கய்யா கவுச்சுக்கு செத்தவனாயிருக்குரீங்க” தானி கத்தினார்.

“கத்திப்பட்டுச்சுன்னா அவுலசீக்கிரம் ஆறாதுடா புண்ணு”

வானத்துல்ல ரெண்டு கழுகு அதுக்குள்ள வந்து வட்டம் போட்டுக்குன்னுயிருந்துச்சு அதுக்கும் கீழே கூட்டம்மா காக்காவுங்க சுத்திக்கின்னு பறந்துக்குன்னுயிருந்ததுங்க. தானி தோல சுத்தமா உறிச்சு எடுத்தார். சுத்தியிருந்தவங்க கை பதைக்க ஆரம்பிச்சுடுச்சு. ஒருத்தன் சூரக்கத்திய மாட்டுமேல் வைச்சான் தானி மாட்டின் உடம்புல்ல எங்கியாவது கடிவாய் இருக்குதான்னு பாத்தார்

“அட உடு மாமா ரெண்டு கொதிமேலப் போட்டா சுருட்டக்கடிச்சாலும் ஒண்ணும் ஆவாது”ண்ணா

“அட கட்ச்ச எடத்த வெட்டி தொலா வீசண்டா இது ஒருக்கதன்னு என்ன புளிப்புக்காட்டுற பாம்பே சுட்டுத்துண்றோம் இதுல்ல பாம்பு வேறக்கடிக்கனும்மா”

தானி வண்டி மேலர்ந்த வைக்காவப்பரப்பி..மாட்டை உருட்டி அதுமேல தள்ளினார். முகுந்தன் மாமா “ஏம்ப்பா அப்படியே நொடி இரு” என்றார்

தானி “தோல மெறிச்சு எடுத்துடுவீங்க. இல்லன்னா எவங்கத்தி யாவது தோலு மேல பட்டுடும். இதுவரிக்கும்பட்ட கஷ்டம் வீணா யிடும். அப்புறம் தோல சுட்டா துண்றது இதுன்னா பன்னிவாரா”

“டேய் தானி மாட்டுத்தோல நல்லாதீச்சு துண்டுப்போட்டு சுட்டுத்துண்ணுது மறந்துப்போச்சா”

சின்னப்பையன் ஒருத்தன் இன்னாது “தோல சுட்டுத்துண்ணுவீங்கல்லா” அதுக்கு முகுந்தன் பெரியவர்

“ஏங் இப்ப நீங்க மாட்டுக்காத..பன்னிவார சுட்டுதுண்ணுல்ல அதுமாதிரிதான்”

“செத்து தோல உறிச்சுப்போட்டாக்கூட மாடுன்னுதான்யா சொல்றான் நாதேரிங்கல்ல செத்த சுல்பத்துல்ல பொணங்குறான்” என்றார் தானி.

ஊர் ஜனங்க மாட்ட அக்குவேறா ஆணிவேறா பிரிச்சாங்க. ஒரு சத்தங்கெடயாது சண்ட சச்சரவுக்கெடயாது கறிசும்மா சவுக்கு செரா மாதிரியிருந்துச்சு எங்கங்க குறிவச்சுதுங்கல்லோ அந்தந்த எடத்துலக்குற கறிய எலும்பக்கூட துளி வைக்காம சுண்டிக்குச்சுங்க அன்னிக்கு ஊட்டுல்லயிருக்குறவன் எல்லாம் அடிச்சுக்குன்னு புடிச்சுக்குன்னு வேலை செஞ்சான் ஒரு ஆளு அடுப்புக்கு சத்த சுண்டுண்ணா இன்னொரு ஆளு சட்டி கழுவுறது ஒரு ஆளு அம்மியில்ல மசாலா அரைச்சா.. இன்னொரு ஆளு கடைக்குப்போயி எண்ணெய் கடுவு வாங்குறதுன்னு அன்னிக்கு கொயம்பு வைக்கிறத தவிர ஒலகத்துல்ல வேற எந்த வேலையும் இல்லாதமாதிரி அது அது பறாந்தளா(பருந்து) வேல செஞ்சது. அன்னிக்கு ஊர்ல ஒரு ஒரு ஊடும் அப்படித்தான் இருக்கும்

தானியும் மகனும் தோல மடிச்சு தலையில்ல வச்சிக்கின்னு கெளம்பிட்டாங்க கவுச்சிச்சுக்கு பேர் போன ஊரு எங்க ஊரு. சொந்தக்காரனுங்க எங்க ஊருக்கு வர ஆசப்பட்டாலும் கவிச்சுக்குதான் நாக்க தொங்கப்போட்டுக்குன்னு வருவான். சுத்துவட்டாரத்துல்ல பெரிய ஏரி எந்தப்பக்கம் திரும்புன்னாலும் கொளம் குட்ட தொறவுன்னு இருக்குற ஊரு எங்கல்லது. நல்லத்தண்ணி வாய்க்கா ஊர் தலமாட்டல்ல ஆரம்பிச்சி உப்புத்தண்ணி வாய்க்கால்லப்போயி கலந்துடும். பயாற்காட்டுக்கு(பழவேற்காடு) அந்த உப்புத்தண்ணி வாய்க்கால் படவுலேயே போவலாம் பட்டணத்துக்கு எண்ணூர் வரிக்கும் இந்த வயியாத்தான் சவுக்கு சத்த சுள்ளி கிளிஞ்சல் குப்பத்து மீனு ஏத்திக்கின்னு படுவுங்க போவும். இத நாங்க கயிக்காலு(கழிவுக்கால்வாய்) ன்னு சொல்லுவோம். பயாற்காடு மாதாகோயில் திருவியாவுக்கு எண்ணூர சுத்தியிருக்குற குப்பத்துல்லர்ந்து மொத்த ஜனமும் எண்ணமுடியாத படவுல்ல இந்த வயியாத்தான் போவும். கயிக்கால்ல இடுப்புல்ல பரிக்கட்டிக்கின்னு ஏறாப்புடிக்குற எங்க ஊர் பொம்பளைங்க மாரளவு தண்ணியில்ல நின்னுக்குன்னு அதிசயமா பாக்குங்க படவுல்லப்போற குப்பத்து

ஜனங்க.. கையத்தட்டிக்குன்னு பாட்டுப்பாடிக்குன்னு எறாப்புடிக்குற ஜனங்களப்பாத்து கைய அசிச்சு அசிச்சுக்குன்னு கும்மாளமா போவாங்க அந்த படவுல்ல ஏற நெனைக்குறவங்க நடுத்தண்ணியில்ல நின்னுக்குன்னு கைய நீட்டுன்னா யாரு இன்னான்னு வித்தியாசம் பாக்காம படவுல்லிருந்து கைய குடுத்து தூக்கிப்பாங்க அவங்கல்லாக்கூட நாமளும் மாதாக்கோயில் திருவியாவுக்குப்போவலாம்.

வித்தியாசம் பாக்கமாட்டாங்க அவங்க கட்டுச்சோத்த தருவாங்க. கூச்சமில்லாம வாங்கி சாப்பிடுங்கன்னு சொல்லுவாங்க நாம எப்படி காய்கறில்ல பத்தியம் பாத்து துண்றோம்மோ அதேமாதிரி அவங்க மீன்ல்ல பத்தியமீனா பாத்து துன்னுவாங்க.. அது வரிக்கும் நம்ம பாக்காத கேக்காத மீனா இருக்கும் அவங்க சோத்து எலயில்ல சித்ரமாசத்துல்ல கடலுக்குப்போவோம் வலய கரையில்லபோட்டு மீனுப்பொறுக்கின்னு இருப்பாங்க நாங்க சுத்தி நின்னு வேடிக்கப்பாப்போம். அப்போ ஆளுக்கொரு மீனுன்னு மண்ணுல்ல தூக்கிபோடுவாங்க நாங்க அத காய்ஞ்ச பனை ஓலையில்ல... சுத்தி கடலோரத்துல்ல மண்ண நல்ல ஆயமா தோண்டி பொச்சுட்டு கடல்ல குளிக்கப்போயிடுவோம் மத்தியானம் வர குளிப்போம். வெயில்லு ஏற ஏற மண்ணு கொதிக்க ஆரம்பிச்சுடும். மண்ணுக்குள்ள பன ஓல தீஞ்சு.. தோளு பிஞ்சி மீனு வெந்துப்போயிருக்கும் மண்ணுல்லந்து மீன எடுத்தா நெருப்பில்லர்ந்து எடுத்தா மாதிரியிருக்கும் சுடும், பிறாலோடு தோளயும் கொடலயும் வழிச்சு தள்ளிட்டு மீன புட்டுத்துண்ண ஆரம்பிச்சுடுவோம்உப்புக்காரம் போட்ட கொயம்பு மீனுல்லாங்கூட அவ்வளவு ருசி தட்டாது சுட்ட மீனுல்லயிருக்குற ருசி, மீன் தலய தேனடமாதிரி மெண்ணு சப்புவோம். மீன் கண்ணு வாயில்ல மாட்டிக்கின்னு ஜவ்வரிசிய மெல்லுறமாதிரி மெல்லுவோம். தல முள்ளு எல்லாம் க்கூ.. கூவாயிடும் கடலு மீன்னுல்லயிருக்குற ருசி ஏரியில்ல கொளத்துல்லயிருக்குற எல்லாம் மீனுல்லயும் இருக்காது. ஆனா பெரிய பெரிய கொறவ வெரல்லு மீனுல்லயிருக்கும் அப்போல்லாம் அத காலனியாளுங்க கிட்டவே நெருங்கமுடியாது காலனியாளுங்களுக்கு மீனுன்னு வந்துட்டா கயனி..கொளம்..குட்ட.. காவாவத்தவுர வேற கதிக்கெடயாது. மொதமய உயுந்து நடுவு நட்ட நாள்லர்ந்து மீனுங்க பொறக்க ஆரம்பிச்சுடும் கயனித்தவறாம மீனுங்க பட்டுபட்டுன்னு வால அடிச்சுக்குன்னு கெடக்கும். எல்லாக்கயனியில்லயிருக்குற மீன வாரி எடுத்தா கடலு மீனுல்ல பாதியிருக்கும். கயனியில்ல பயிற வெலக்கிட்டு கைய உட்டா ஆரா கெளுத்தி..கெண்ட கொறவா..அணை மாட்டிக்கும். நடுவநட்டு அறப்பு அறுக்குறவரிக்கும் கயனிப்பூரா கொக்குத்தலையா தெரியும் சும்மா கையத்தட்டுன்னாப்போதும் பொதுறலர்ந்து பறக்குற மொசலுமாதிரி பயிற்லர்ந்து கொக்குங்கப்பறக்கும். ஊருப்பட்ட குருவிக்காரன் உண்டி வில்லாவும் கொக்கு மருந்து வச்சிக்குன்னு வரப்பு வரப்பா

திரிவான் சாயரச்சப்பாத்தா கொக்கு காட கவுதாரின்னு நாறுல்ல கோத்துக்குன்னு வித்துக்குன்னு வருவான். தலைங்களுக்கு போற வயில்ல குட்டைங்கல்ல மீனு துள்ளுச்சுன்னா..குட்ட நடுவுல்ல ஓரத்துல்ல பெரிய குச்சியாப்பாத்து சொருவிட்டு..பழைய கந்தைய அதுல்ல கட்டிட்டு அதுல்லயிருக்குற வண்ணத்த குறிப்பா வச்சிப்பான். இந்த குறிப்ப ஊருப்பூரா சொல்லிக்குன்னு திரிவான்.

"அந்தக்குட்டய நான் பாத்துவச்சிருக்கேன் நான் பாத்து வச்சிருக்கேன்.. வேற எவனாது ஏறாச்சி மீனுபுடிச்சீங்க கேயின்னா கேயி அப்படியாக்கொந்த கேயி கேப்பேன்"ன்னு

அவன் பொண்டாட்டி ஒண்ணுக்கு நாலு தடவ தெருவுல்ல சொல்லிக்குன்னு இப்படியும் அப்படியும் அலிவா.. (அலைவாள்) ஊர்ல்ல இருக்குற எல்லாத்துக்கும் இப்படி ஒரு குட்ட கெடிக்காம போயிடாது அதுன்னால்ல இதுநாள் வரிக்கும் இப்படியொரு சண்ட வந்ததுயில்ல. ஆனா ஒருசில குட்டையில்ல மணல் மாதிரி சொறிஞ்சுடும். வானத்துல்லயிருக்குற நட்சத்திரம் பூராவும் ஒரேக் குட்டயில நொறஞ்ச மாரி குமிஞ்சிப்பூடும். பட்டியில்ல இருக்குற ஆடுங்க அப்படியும் இப்படியும் நவுற முடியாதபடிக்கு ஒண்ணு சூத்துல்ல ஒண்ணு மூஞ்ச முட்டிக்குன்னு நிக்குற மாதிரி எல்லா மீனும் முட்டிக்குன்னு நீக்குத்தான் பாம்புக் குட்டி மாதிரி தலய தண்ணிக்கு மேல நீட்டிக்குன்னு குத்துகுத்து கண்ணுல்ல உருட்டி உருட்டிப்பாக்கும் வெலக்க முடியாதபடிக்கு ஆறாவும் அணையும் கெளுத்தியும் கொறவையும் குள்ளக் கெண்டயும் சட்டி சட்டியா நெருக்கியடிச் சுக்குன்னு கெடக்கும் எவன் நாக்குல்லயாவது எச்சி ஊறுச்சு.. ஒரு ராவு குட்டய சேறோடு வழிச்சுக்குன்னு போயிடுவான் குட்ட போன தெச தெரியாது. நாய் நரி காக்கா கொக்கோட கொடி நட்டவனும் முயிப்பான். கொடி நட்டவன் எப்பேர்கொந்த ஆளாயிருந்தாலும் அப்புறம் பாத்துக்கலாம். இன்னா நாலுக்கேயி கேப்பான். அவனும் அவன் பொண்டாட்டியும் இதுக்காக கோயிலாண்ட கட்டிவைச்சா அடிக்கபோறாங்க நாம இல்லங்குறமாதிரி பல்லக்கடிச்சுக்குன்னு எல்லாரும் உக்கார கெங்கமாக்கோயிலு அரச மரத்தாண்ட உக்காரப்ப குசு உடாமா இருந்தாப்போதும். கட்சிவரிக்கும் கண்டுப்புடிக்க முடியாது. அதேமாதிரி தெருவுல்ல திட்டும்போது திட்டுறவானாண்டப்போயி ஒண்ணுந்தெரியாத மாதிரி இன்னா ஏதுன்னும் கேக்கக்கூடாது கேக்காத போயிறவும் கூடாது. மீனு திருடுறவன் திருட்டு கொயம்பு வச்சுத்தான் சாப்புடனும். எல்லாம் ஊட்டு கொயம்பு சட்டியும் வாசல்ல வச்சுத்தான் கொதிக்கும். அதேமாதிரி கயிவி வாசல்லத்தான் கவுக்கணும் துன்னுட்டு துப்புற மீனு முள்ள வச்சுக்கூட இது எங்குட்ட மீனுன்னு ஜவுர ஆரம்பிச்சுடுவா குட்டய திருடக்குடுத்த குடும்பத்துல்லயிருக்குற ஆம்பள பொம்பள

கொயந்தக்குட்டியெல்லாம் எல்லார் ஊட்டு வாசல் எறவானம் கொயம்பு சட்டின்னு நாய் மாதிரியும் பன்னிமாதிரியும் மூக்க இந்த தெருவில்லர்ந்து அந்த தெருவுக்கும்..அந்த தெருவில்லர்ந்து இந்த தெருவுக்கும் மோந்துக்குன்னே நடயா நடப்பாங்க..மீனத்திருடனவ எப்படியும் கொயம்பு வைக்காமயும் கருவாட போடாமயும் போவ முடியாதுண்ணுறது அவங்க கணக்கு ஆனா திருடனவ மொத்த மீனையும் பாத்தியக்காருங்க ஊருக்குப்போயி ரெண்டு நாளு தங்கி கொயம்பு வச்சி ஆசத்தீர துண்ணு..மிச்சமீதிய கருவாடாக்கி ஊருலர்ந்து எடுத்தாந்தமாதிரி அக்கம் பக்கத்துக்கு பஞ்சாரம் பண்ணுவா இன்னாத்தான் கயினி மீன் கொளத்து மீன் துண்ணாலும் கடல் மீனு ஏரி மீனு மேல தீராத ஆசயிருந்துச்சு

வெள்ளாயன் ஊட்டுல்ல கயனி கொளத்து குட்ட மீனு சாப்பிடமாட்டாங்க அவங்க கயனியில்லருக்குற மீனக்கூட படி ஆளுங்கல்ல ஒரு தப ரெண்டுதபைக்கு மேல புடிக்க உடமாட்டாங்க. காக்கா கொக்கு நரி வரக்கூடாதுன்னு பெரிய கொம்பு நட்டு காக்கா ரக்க கட்டித்தொங்க உட்டுருப்பாங்க. தண்ணி வரப்புக்கு மேல ஏறாதவாறு பாத்துப்பாங்க. தண்ணி ஏறிச்சுன்னா மீனு தப்புச்சு போயிடும்ன்னு தண்ணிய திட்டமா வச்சுப்பாங்க வரப்ப ஏத்தி பிட்டுவா வச்சிப்பாங்க.. அறுப்புக்கு முன்னால்ல தண்ணிய எடுத்து உட்டாங்கன்னா மீனு தண்ணியில்லாம செத்துப்புடும் அறுப்பு அறக்குறப்ப சும்மா ஒரு மொயம் அளவுக்கு கூட கொறவைங்க..கெளுத்திங்க செத்து நாத்தம் அடிச்சிக்குன்னுயிருக்கும் அறப்பு அறக்குற ஜனங்களுக்கு மனசா ஆறாது. தலப்பூரா மீனு மண்ணடையா இருக்கும் ஊருப்பட்ட பூனைங்க பதுங்கி பதுங்கி அழுவுன்ன மீனக்கடிச்சுக்குன்னு கெடக்குங்க அறப்பறத்த உடனே கலப்பயில்ல ஒரு பெரட்டு பெரட்டிடுவாங்க மீனுங்க மண்ணுக்கு அடியில்லப்போயி செத்து மக்கி எருவாவும்.

சித்ரமாசத்துல்ல ஏரி ஏலத்துக்கு வரும் கரமேலயிருக்குற பனை ஓல மட்ட..குத்து (குருத்து)..ஓலைங்க வூடு கொட்டாயி..தட்டி கட்றதுக்கும் மட்டய நார உரிச்சு கயிறு திரிக்குறதுக்கும் குத்துங்கல்ல பாயி பரி கூட மொடயறதுக்கும் ஏலம் எடுப்பாங்க.

ஏரியில்லருக்குற மீனு மொத்தத்தையும் பயாற்காடு பாயுங்க ஏலத்துல்ல எடுப்பாங்க புடிச்ச மீனுல்ல வெள்ளாயன் கொயம்புக்கு தெறுப்பா வாங்குன மிச்சம் பட்டணத்துக்கு பஸ்ஸில்ல ஏறும். ஒவ்வொரு வெராலும் ஒருமாருயிருக்கும் உயிரோட கூடையில்ல எடுத்துப்போட்டா சும்மா வால பெரட்டி பெரட்டி புலிமாதிரி அடிக்கும். தல ரெண்டுக்கை அண்டாது காட்டுப்பூனை தலமாதிரி பெரிய அலுமினிய டேக்சாவுல்ல தண்ணில்லப்போட்டு போவும் உயிருக்குற வெராலுக்கு பட்டணத்துல மதிப்பு காலனியாளுங்க

ஏரியில்ல எறங்கி கூடைகூடையா மீனு புடிச்சுக்கொடுக்கறதோட சரி ஒரு மீனப்புடிச்சான்னா அவனுக்கு அவன் பொண்டாட்டி புள்ள இத சாப்பிடாதான்னு ஏங்கனுதுக்குப்பொறவே கூடையில உயும் துள்ளூற ஒவ்வொரு மீனையும் பாக்குறப்போ அவன் பல்லு ஈறுல்லாம் நமநமன்னு நமிக்கும் இந்த மீனெல்லாம் நம்மால்ல துன்னமுடியாதுன்னு கண்ணுல்ல கண்ணீர் கொந்தளிக்கும். மீனு மேல இருக்குற ஆவேசத்துல்ல ஒண்டிக்கால்ல நின்னா கெஞ்சிக் கூத்தாடுன்னா நண்டுக்கடிச்சு.. கண்ணுபோயி சதப்பிஞ்ச கொடலு பிதுங்குன்ன மீனுங்க செத்து ரொம்ப நாழியான கொறவ அதுவும் தம்த தம்தம்மாப்பாத்து வியாபாரிங்க கால்ல தள்ளூவாங்க ஆளாளுக்கு பொன்னா பிரிச்சுப்பாங்க. எப்படியும் அரைவீசக் கிட்டத்தேறும் அதுவும் வெள்ளாயன் கண்ணுப்படாம மீன எடுத்துக்குன்னுப்போயிடணும் வெள்ளாயன் பாக்குறாருன்னு வியாபாரிங்க கண்ணக்காட்டிக்கினேயிருப்பாங்க. தெரிஞ்சா நத்த நண்ட துன்னுறவனுங்களுக்கு உயிர் வெராலு கேக்குதாடான்னு கேப்பானுங்க. வெலைக்கு கேட்டோம் வெள்ளாயனுக்கு சமானமா கேட்டதா நெனச்சான் அதவிட தண்டன வேற எதவுமில்லஎத்தாடா எவ்வளவுடா வச்சுக்குன்னுயிருக்குற பணம் எத்தாடான்னு கிண்டலும் கேலியும் பறக்கும் பதிலு சொல்லா முடியாது. சொல்லாமயிருந்தா தண்டனையா நெனச்சுக்குன்னு உட்டுடுவாங்க இராவோடு இராவ குட்டமீன வயிச்சுக்குன்னு போறமாதிரி ஏரி மீனத்திருட முடியாது ஒரு பக்கப்பொடி கூட வெள்ளாயனுக்கு தெரியாம கரையேறாது மொத்த ஊரு பொம்பள ஆம்பள கொயந்தக்குட்டின்னு நாய் நரி மாடு ஆடு கொளம் குட்ட கோயில்மடம் செடி கொடி வரிக்கும் வெள்ளாயன் அவன் மனக்கணக்குல்ல குறிப்பெடுத்து வச்சிருந்தான். ஒரு பூண்டுச்செடிய புடுங்கமுடியாது. இன்னான்னா தெரிஞ்சும் கேக்காமா இருப்பானே ஒழிய தெரியாம்ம இருக்காது. ஆனா எல்லாத்துக்கும் அபராதம் உண்டு. தண்டன உண்டு. அது எப்போன்னு மட்டும் தெரியாது அத அவனுங்க புள்ளைங்க கிட்டே ஊர்த்தெருக் கட்டுக்கு அடங்காத இன்னார் இன்னார் ஊட்டுப் பையன ஊட்டாண்ட சேக்காத.. சாவுறான்னாக்கூட கஞ்சி ஊத்தாதன்னு சொல்லிட்டு சாவான். அந்த ஊட்டு புள்ளைங்க தலமுற தலமுறையா சூடுப்போட்ட மாதிரி அந்த சொல்ல... எப்போ வருவோம் எப்போ வருவோம்ன்னு நெஞ்சுல்ல வச்சிருப்பானுங்க... காத்துக்குன்னுயிருப்பானுங்க...

ஏலத்துக்கு முன்னால்ல ஏரியில்ல தூண்டிலப்போடலாம்ன்னா தூண்டிப்போட்டு மீன் புடிக்குற பக்குவத்துக்கு வரும்போது ஏரி ஏலத்துக்குப்போயிடும் அதுக்கப்புறம் துணி தொவைக்கலாம் குளிக்கலாம் மதகு வழிய தப்பி வர பக்கப்பொடிங்கள பன்னீர்கண்டங்கள வேஷ்டி பொடவப்போட்டு புடிக்கலாம்.

வேறா இன்னாக்காரணங் கொண்டும் ஏரிக்கர மேல சுத்த முடியாது. இருவத்திநாலு மணி நேரமும் காவலு நாலாப்பக்கமும் இருக்கும். இந்த ஏரி மீன் புடிக்குறது திருவியாமாதிரி ஒருவாரம் பத்துநாள் நடக்கும். ஏரி மீனு புடிச்சி முடிச்ச மறுநாள்லர்ந்து வெள்ளாயமூட்டுல்ல கடலுமீனு வாங்க ஆரம்பிச்சுடுவாங்க வெடிகாலம் வேலைக்குப்போற படியாளுங்களுக்கு மிச்சம் மீதியிருக்குற கொயம்ப கஞ்சிக்கு கடிச்சிக்கக் குடுப்பாங்க வெள்ளி செவ்வா அமாவாச பௌர்ணமி கிருத்திக பொரட்டாசி மாசம் தவுர வெள்ளாயமூட்டுல்ல எப்பியுமே ராவுல்ல மீனு கொயம்பு தப்பாது.

படியாளுங்களுக்கு குடுக்குற ஈயக்கிண்ணத்துல்ல கொயம்பு இருக்குமே தவுர ஒரு நாளு முச்சுதா ஒரு துண்டு மீனு எறா அந்தக் கிண்னத்துல்ல கைநயுவி உயுந்துடாது கிண்ணம் முச்சதும் கண்ணில்லாத சப்பி போட்டமாதிரி மீனு மண்டையும் முள்ளுமாயிருக்கும். மீனு மேலயிருக்கிற ஆசைக்கும் கொயம்பு மீன்னுற ருசிக்கும் கையில்ல ஊத்தி நக்கிப்போம். காலனியாளுங்களுக்கு உப்புத்தண்ணி கவுச்சின்னா கழிகால்லயிருக்குற மட்டி கடலாண்டயிருக்கிற மருளு..இல்லிப் பூச்சின்னு புடிச்சுக்குன்னு வருவோம். பொம்பளைங்க ஒரு நாளுப்பூரா கயிக்கால் உப்புத்தண்ணியில்ல ஊறித்தேவித்தேவி எறாப்புடிப்பாங்க அதுல்ல நாலு எறா பெரிய எறா எடுத்து புள்ளைங்களுக்கு கூட சுட்டு துன்னக்குடுக்காதுங்க மனசறிஞ்சு இதுங்களும் உறிச்சு வறுத்து துன்னாதுங்க. ஏன்னா அது அன்னிக்கான கூலி, கூலியத்துன்னுட்டு சோத்துக்கு... கிருஷ்ணாலுக்கு.. எங்கப்போறது.

காலனியிலயிருக்குற பொம்பளைங்க குப்பத்துக்குப்போயி மீனுவாங்கின்னு வந்து ஊர்தெருவுலல விக்க ஆரம்பிச்சாங்க. அதுக்கு முன்னால்ல குப்பத்து ஆளுங்க வெள்ளாயனுங்கக்கிட்டே வருசா வருஷம் அரிசி வாங்கிக்குன்னு மீனு எடுத்தாந்து குடுத்துட்டுப் போவாங்க காலப் போக்குல்ல அது நின்னப்பொறவு காலனியாளுங் களுக்கு இந்த எண்ணம் உதயமாச்சு காலனியாளுங்க வேவாப் பொருளு எதைக் கொடுத்தாலும் ஊர்த்தெருவுல்ல வாங்கிப்பாங்க... குப்பத்துல்ல மீனவாங்கி வியாபாரத்துக்கு ஊர்த்தெருவுக்கு போற காலனி பொம்பளைங்க காலனி வழியாத்தான் போவனும் காலனி வழியாப்போனாலும் ஒருப் பொம்பளைங்கக் கூட மீன் கூடைய காலனியில்ல எறக்கமாட்டா தாகம் எடுத்தாக்கூட யாரு ஊட்டு வாசல்லயும் நின்னு கூடைய எறக்காம தண்ணியக்குடிப்பாளே ஒழிய கூடைய எறக்கமாட்டா. கூடைய எறக்கி வச்சிட்டு நிம்மதியாத்தான் தண்ணியக்குடின்னா கையெடுத்து கும்பிடுவா

“எம்மா நீ தண்ணிக்குடுக்கல்லண்ணாக்கூட பரவாயில்லடியம்மா.. கூடைய மட்டும் எறக்க சொல்லாத..” ன்னுவாங்க யாராவது மீனு கேட்டா

“சாயரச்ச ஊர்த்தெரு பஜார்ல்ல வந்து வாங்கிக்கம்மா..”ன்னு ஓட்டமும் நடையும்மா ஓடுவாங்க காலனியில் கூடைய எறக்குனாங் கன்னு ஒரு சொல்லு ஊர்தெருவ எட்டுச்சு ஒரு வெள்ளாச்சி எவக் கூடையும் எறக்க உடமாட்ட ஒரு மீனத் தொட மாட்ட. எப்படியும் பறச்சிங்க மீனுல்ல கையவிட்டு தொளுப்பி யிருப்பாங்கன்னு நெனைச்சுக்குன்னு குப்பத்துல்ல வாங்குன்ன ஒரு மீனுக் கூட விக்காம காலனிக்கு திரியும் எடுத்தாந்து ராவுலர்ந்து வெடிய வெடிய வித்தாக்கூட காலனியில்ல துட்டுக்கு ஒரு மீனு விக்காது இதுக்கு பயந்துக்குன்னே கூடைய எறக்கமாட்டங்க வெள்ளாச்சி வாங்கி கயிச்சி உட்ட மீனு மிச்சமீதியிருந்தா அது ஊர்தெரு பஜாருக்கு சாயரச்ச ஆறு மணிக்கு வந்து ராவு எட்டு மணி வர்றீக்கும் காட வெளக்கு வெளிச் சத்துல்ல லோல்படும். மிச்சமீதி மீன் உப்புப்போட்டு கருவாடா ஊட்டு மேலக்காயும்.

ஒரு மொற தவமணி சோறு வெந்துருச்சான்னு சல்லக்கரண்டியில்ல சோத்து பருக்க எடுத்து நசுக்கிப்பாத்துட்டு ஒலை பானையில்லேயே கரண்டியப்போட்டு தொழவ இதப்பாத்த கணபதி மொய்லியார் மருமவ உனக்கு எத்தினி தடவ சொல்லிக்கிறேன் கூலியாளுங்களுக்கு வைக்கிற ஒலையில்ல மட்டும் கையவை எங்களுக்கு வச்ச ஒல சட்டி கொதிச்சா கொரலுக்குடுன்னு சொல்லி ஓடியமாபேசி அஞ்சு வெரலும் பதியற மாதிரி முதுகுல்ல பட்டயா வச்சா... அதுக்கப்புறம் புதுசா வேற ஒலயவச்சா ஆட அறுத்தாலும் மாட அறுத்தாலும் காலனிக்காரந்தான் அறுப்பான் ஆனா மாடு அறுக்குற காலனிக்காரன் தானி மசால்..நந்தகோபாலு..தனவேலு..கலைவாணன்.. ரத்னம் இவங்கல்ல ஊர்தெருவுல்ல ஆடு அறுக்க கூப்பிடமாட்டாங்க அதே சமயம் ஆடு அறுக்குற காத்தவராயன்..மணி..வகையறா மாடு அறுக்கக்கூடாது. அப்படி அறுத்தா ஊர்தெருவுல்ல ஆடு அறுக்க எக்காரணங்கொண்டும் கூப்பிடமாட்டங்க அதனால மேல சொன்ன காத்தவராயன் வகையறா ஊட்டு சொந்தமாடு உழுந்துடுச்சின்னாக் கூட தானி மசாலு.. கருளக்கூப்பிட்டு அறுக்க சொல்லுவாங்க.

3

ஊர்த்தெருவுல்ல படிக்கு வேலைக்குப்போறது கொஞ்ச கொஞ்சம்மா கொறஞ்சது. அதுக்கு காரணமும் இருந்துச்சி. படிக்கு வேலைக்குப் போறவங்கல்ல இன்னானாலும் பண்ணலாம் கேக்க ஆளுக் கெடியாதுங்கற நெலம அப்பயிருந்துச்சு காலனியாளுங்களுக்கு ஒரு கொடுமன்னா யாரு கேப்பாங்க காலனியாளுங்கத்தான் கேக்கணும். கேக்குற நெலமையில்ல காலனியில்ல ஒரு குடும்பமும் கெடயாது. ஒண்ணு அம்பேத்கர் மன்றத்துக்காரன் கேக்கணும்.. இல்ல கம்யூனிஸ்ட்காரங்க கேக்கனும். இவங்கக்கிட்டே எந்தப்படியாளும் பேச்சு வச்சுக்கக்கூடாதுன்னு வெள்ளாயன் போட்ட கட்டுப்பாடு யாரு பேசுன்னாலும் பேசலன்னாலும் நாங்க காலனியாளுங்களுக்காக பேசுவோம்ன்னு தன்னிச்சையா ஒருப்பக்கம் நிக்காம போராட்டம் போயிக்குன்னு இருந்துச்சு படியாளுங்களுக்கு வருசப்படி அளக்கக்கூடாது... தினக்கூலி பேசணும்.. கையில்ல கஞ்சி வாக்கக்கூடாது.. கொட்டாயில்ல வச்சு கஞ்சி வாக்கக்கூடாது.. முன்சீப் ஊட்டுமுன்னால்ல கட்டிவச்சி அடிச்சி விசாரிக்கக்கூடாது... சின்னப்பசங்க மாடு மேய்க்கப் போவக் கூடாது... ராவுல்ல பொம்பளைங்கல்ல ரைஸ்மில்லு வேலைக்கு கூப்பிட்டுக்குன்னு போவக்கூடாது ன்னும் ஆடிமாசத்துல்ல ஊர் தெருவுல்ல திருவியான்னா... காலனியாளுங்கல்ல கூவு வாங்கி குடிக்க கட்டாயப்படுத்தக்கூடாதுன்னும் தொடர்ச்சியா... ரெண்டு மன்றத்துக்காரங்களும் காலனியில்ல கூட்டம் போட்டு போட்டு பேசுனாங்க.

காலனியாளுங்கக்கிட்டே பெரிய மாற்றம் ஏற்பட்டுச்சோ இல்லியோ வெள்ளாயனுங்கிட்டே ஒரு அச்சம் உருவாச்சு அம்பேத்கர் மன்றத்து ஆளுங்க.. மேல பத்துப்பேரு மேல ஆர்.டி.ஓ கேஸின்னா வெள்ளாயனுங்க மேல ரெண்டுப்பேருமேலாவது கேஸின்னு சைதாப்பேட்டைக்கும் ஊருக்கும்ன்னு அலைய ஆரம்பிச்சாங்க ஊட்டுக்கு மூணுப்பேரு நாலுப்பேரு கூலியாளா மாறுன்னப்ப தெனம் ஊட்டுக்கு கூலி வந்து சேந்தப்ப.. படியாளயிருந்த வறும மாறியிருந்துச்சு எந்த வேலயின்னாலும் கூலிக்கே பேசிக்கின்னாங்க படிக்குப்போறதுன்னறது அப்படியில்ல.. வெள்ளாயன் ஊட்டுல்ல ஒருக்குடும்பம் வேலைக்கு போயிட்டா அந்தகம்பத்துல்ல இருக்குற எல்லா வேலையும் குடும்பமே செய்யனும். ஆம்பள பொம்பள வித்தியாசம் கெடயாது. சின்னவங்க பெரியவங்க வயசானவங்க

கொய்ந்தீங்கன்னு பாவங்கெடயாது ராவுப்பகலு கெடயாது பனி மழை வெய்யிலு கெடயாது வலுசாலி நோவாளின்னு இரக்கம் கெடயாது பாக்க அவுனுங்களுக்கு இஷ்டமாயிருக்குற பொண்ணு யாராந்தாலும் மாரப்புடிச்சுடுவானுங்க அது பத்து வயசுப்புள்ளையா.. கெய்வியா இதுல்லாம் கணக்கு கெடயாது. நெனைச்சா புடிக்கலன்னா கேள்விக்கேட்டா முன்சீப் ஊட்டாண்ட கூப்பிட்டு வாசல்ல கட்டிவச்சி எதாவது ஒரு திருட்டுப்பயி(பழி) சொல்லிட்டு அடிக்குறது இத்தையெல்லாம் சகிச்சுக்குன்னா.. படின்னறப்பேருல்ல வருசத்துக்கு ஒரு தபா ஒப்படியெல்லாம் முடிஞ்சப்பொறவு கல்லும் கட்டியுமா தூசும் தும்பும்மா கேவுரு கொடுப்பான்.

அந்தவருசம் நெல்லு பயிறுப்போட்டாக்கூட கேவுறுத்தான் கொடுப்பான். படியாளுங்களுக்கு கஞ்சி ஊத்தறதுக்கும் வருசாந்திர படி கொடுக்கறதுக்கும் கேவுரு போடுவாங்க வருசத்து ஒரு தடவ குடும்பத்துல்லயிருக்குற எல்லாருக்கும் துணி எடுத்துத்தருவாங்க காலனியாளுங்க படிக்கு வேலை செய்யும்போது ஒவ்வொரு வெள்ளாயன் வீட்டுல்லயும் கொறஞ்சது எறநூறு மாடுக்கு மேலயிருந்துச்சு அது சாணிக்கு. அதுல்ல கொறஞ்சது அம்பது மாடாவது எருமாடாயிருக்கும். மாடுங்க இனிக்கன்னுப்போடாது ஏர்க்கட்டாதுன்னு தெரிஞ்சும் வைச்சுன்னுயிருக்கிறதுக்கு ஒரே காரணம் சாணி எருவுக்கு மட்டும்தான். சாணி எருமாட்ட இவங்கன்னா அவுக்கப்போறாங்களா கட்டப்போறாங்களா தண்ணிக்காட்டப்போறாங்களா வருசத்துக்கு ஒரு லுங்கிக்கும் மூணு வேள கஞ்சிக்கும் படியாளு பெத்துவச்சிருக்குற புள்ளைங்கன்னு. அனாமுத்துக்கு ஆளுயிருக்குறப்ப அவங்களுக்கு இன்னா கவல மாடு நூறாயிருந்தான்னா..ஆயிரமாயிருந்தான்னா.

படிக்கு வேல செய்யுறப் பொம்பள ஒரு நாளைக்கு ஆறு வண்டி ஏழு வண்டி சாணிய அள்ளணும். வாசல் பெருக்கணும் கொல்லை கொட்டாய் பெருக்கணும் தண்ணி சுடவச்சுக் குடுக்கணும் நொய் ஜலிக்கணும் கேவுரு நோம்பணும் களம் பெருக்கணும் நெல்லுத் தூத்தணும் கயினி காட்டபாத்துக்கணும் பருத்திக்கொட்ட வேவ வைக்கனும் களி கிண்டனும் கூவு காசனும் தீட்டுத்துணி துவைக்கனும் கொய்ந்தீங்க பீய வாரணும் வரட்டி தட்டணும். ஆம்பள வண்டி மாட்டுக்கு தனியா பாலகறக்குற மாட்டுக்கு தனியா—ன்னு தவுடு கலக்கணும் புண்ணாக்கு ஊற வைக்கனும் ஒரு வேளைக்கு இருவது படிக்குமேல பால் கறக்கணும் பாலக்கறந்து தவுடு வைச்சு முடிக்கிறதுக்கு ராவு பத்தாவும் அதுக்கு மேலேயும் ஆவும். அப்பக்கூட ராவாச்சே சோத்த துண்ணுட்டுபோன்னு ஒரு கொரலுக் கேக்காது. இன்னா மிச்சாமானாலும் காலயிலத்தான் குடுப்பாங்க ஏக்கருக்கு பதினைஞ்சி வண்டி எரு தள்ளுன்னா எருவ

துண்ணுட்டு நடுவுங்க சும்மா கொப்பு கொப்பா கொத்துக் கொத்தா புடுங்கிக்கின்னு கெளம்பிக்கும்.

கூலி மொற வந்தப்பின்னால்ல படியாளுங்க கொறஞ்சாங்க.. படியாளு இல்லாத ஊட்டுல்ல மாடு மேய்க்கிறதுக்கு ஆளு இல்லாம போச்சு புள்ளைங்க கொஞ்சம் தலையெடுத்தாப்போதும் கத்தி அறுவா மம்முட்டின்னு கையில எடுத்துக்குன்னு கூலி வேலைக்கு போவ கெளம்பிடுச்சுங்க. அதுக்கு முன்னால்ல நாப்பது அம்பது வயசுக்கு மேலயும் ஆம்பளைங்க மாடு மேய்ச்சுக்குன்னு இருந்தாங்க. ஆம்பள புள்ளையாயிருந்தாலும் சரி பொம்பள புள்ளையாயிருந்தாலும் சரி தல எடுக்குறவரீக்கும் மாடு மேச்சாவனும் காலனியில்ல பொம்பளப்புள்ளைங்க பாதிக்கு மேல வயசுக்கு வர்றவரீக்கும் மாடு மேச்சுதுங்கத்தான் மாடு மேச்சுக்குன்னுயிருக்குறப்பவே நடுக்காட்டுல்ல வயசுக்கு வந்துடுங்க அப்பன் ஆத்தாப்போயி கூட்டிக்குன்னு வருவாங்க அறுப்பு அறுத்தாலும் வெரப்பு வெட்டுன்னாலும் வேலக்கணக்குல்ல கூலிப்பேசிக்குனாங்க ஒரு ஏக்கர் ஓரம் கழிக்கணுமா ஏர் ஓட்டணுமா காவா வெட்டணும்மா சூளைக்கு மரம் வெட்டனும்மா சவுக்கு செடிக்கு தண்ணி ஊத்தணும்மா கொட்டாயி கட்டனும்மா ஓடு மாத்தனும்மா வைக்கா பிரி உடுணும்மா புளியாம்பழம் உலுக்கணும்மா ஒப்பிடி ஓட்டறது போர் குவிக்குறதுன்னு எல்லாம் கூலியா பேசிக்கிட்டாங்க அவங்களும் அதேமாதிரி கூலிக்கு ஏத்தமாதிரி ஆளுங்க எவ்வளவுயிருக்கணும் நிர்ணயம் பண்ணிக்கிட்டாங்க நடுவன்னாலும் அறுப்பின்னாலும் ஏக்கருக்கு பத்தாளு நீ அஞ்சு ஆளாவது அறு பதினைஞ்சு ஆளாவது அறு எங்களுக்கு கவலயில்ல பத்து ஆளு கூலிய வாங்கிக்கின்னுப்போய்ட்டாங்க கூலிவேல வந்தப்பின்னால்ல ஒரே ஊட்டுல்ல வேல செய்யாம்ம இஷ்டப்பட்ட ஊட்டுல்ல மாத்திமாத்தி வேல செய்தாங்க

படியாளா இருந்தப்ப ஊர்த்தெரு எத்தினி குடும்பம் வகையறாவா இருந்துச்சோ அத்தினி பிரிவா காலனியாளுங்கல்ல பிரிச்சிவச்சுக்குனாங்க இது எங்க ஆளுங்க அது உங்க ஆளுங்கன்னு காலனிய மொத்த வெள்ளாயனும் சேர்ந்து கும்பல் கும்பலா பிரிச்சு வச்சுக்குன்னா எத்தினிக்குடும்பம் ஒரு வெள்ளாய மூட்டுல்ல படிக்கு வேல செய்யுதோ அது ஒரு கும்பல்லா கூடிக்கும் குலாவிக்கும் ஒண்ணா வண்டிக்கட்டிக்குன்னு சினிமாவுக்குபோறது.. வாவுக்கு சாவுக்கு போறது புட்டு சுட்டா, உண்ட சுட்டா, மாத்தி மாத்தி குடுத்துக்குறது, ஊர்தெருவுல்ல ரெண்டு வெள்ளாயன் குடும்பம் பேசிக்காதுன்னா, காலனியில்ல படிக்கு வேல செய்யுற ரெண்டு ஊட்டுக்காரனும் பேசிக்கமாட்டான். இன்னாத்தன் பங்காளியா இருக்கட்டும் மாமன் மச்சானா இருக்கட்டும்

வெள்ளாயங்களுக்காக இவனுங்க மோறய கட்சிப்பானுங்க. அவனுங்க பேசிக்கமாட்டாங்கன்னா அதிகமாப்போனா ஒருத்தன் மூஞ்ச ஒருத்தன் பாத்துக்கமாட்டான் காலனியில்ல இவனுங்க அப்படியில்ல மொதல்ல ஒருத்தனப்பாத்து ஒருத்தன் எச்ச துப்பிப்பான் புடிக்காதவன் ஊட்டு நாய கல்லெடுத்து அடிப்பான் நொகத்தடிய தூக்கிக்கின்னு ஓடிவருவான் கடப்பாரய தூக்கிக்கின்னு நெஞ்சுக்கு நேரா நிப்பான். இந்த விரோதம் முடியவே முடியாதாங்குற மாதிரி புள்ளைங்க தலையெடுத்து ஒதப்பட்டுக்குறவரீக்கும் நீளும் கட்சியில்ல வெள்ளாயன் ஒண்ணாப்பூடுவான் இவனுங்களுக்கு சண்டை எதுல தொவங்குச்சுன்னு கட்சிவரீக்கும் ஞாபகத்துக்கு வரவே வராது காலத்துக்கும் தீராத பகையா நின்னுக்கும்.

கூலிய கையில்ல சேந்தப்போது காலனியில்ல கொயம்புக்கு தண்டியா செலவுப்பண்ணாங்க மீனு விக்கிற காலனியாளுங்க காலனியில்ல கூடைய எறக்க சம்மதிச்சாங்க ஆனா அதுக்கு ஒரு மொற வச்சுக்குன்னாங்க கூடைய எறக்குன்னா மேலயிருக்குற மீனப்பாத்து வாங்கிக்கணும், கூடக்கீய இன்னாகீது ஏதுகீதுன்னால்லாம் கேக்கக் கூடாதுன்னு சட்டமா சொல்லிட்டாங்க அதுக்கு சரின்னா... கூடைய எறக்குவாங்க இல்லன்னா.. வசிய நடைய கட்டுவாங்க.. கூட மேலயிருக்குறது சாதாரணமான மீனாயிருக்கும். பன்னா.. தோல்பாறை..திரிக்க..கீச்சான் பொடி..கல்லாந்தல்ல.. முள்ளுமீனு..பொடி முருங்கப்பொடி..நாக்கு..மத்தி..கயிக்காலு மீனு..மடவ..ஜீலேப்பின்னுயிருக்கும். மடவ வாய்வு..ஜிலேப்பி பித்தம்..பன்னாவும் கல்லாந்தலயும் எவ்வளவு கயுவுன்னாலும் கவுச்சியும் போவாது..மொளகாத்தூள் நாத்தமடிக்கும்.. மத்தது ருசியா இருந்தாலும் ஆயிறதுக்கு கஷ்டமாயிருக்கும் முள்ளாயிருக்கன்னு ஊர்தெரு பொம்பளைங்க வாங்கமாட்டாங்க

கூடைக்கு கீழே பெரிய பெரிய மாவாலசி காலா.. வெளவால்... கெழங்கான்.. சுதும்புகார.. பட்டப்பட்டயா முள்ளுவாள.. வஞ்சிரம்.. பெரிய கானாங்கத்தான்..தண்டி தண்டிய கீச்சான்.. பாற..சொறா.. கட்டு நண்டுன்னும்.. பத்திய மீனுன்னு நெத்திலி.. சுதும்புக்கார.. முள்ளுக்காரன்னுயிருக்கும். தன் வாழ்நாள்ல கெழங்கான் மீனு சாப்பிடாம செத்த காலனிக்காரன் கூட உண்டு..கெழங்கானுக்கே இப்படின்னா.. ஆட்டுக்கறிக்கு சொல்லன்னும்மா... ஊர்தெருவும் காலனியும் ஒறவுமொற வச்சு கும்பிடுற தெய்வம் கொங்காத்தா.. கொங்காத்தாளுக்கு தாய் ஊட்டு சீர் காலனியிலர்ந்து தான் போவணும்.. கோயிலு ஏரியில்ல நடுவுல்ல நிக்கும் மொத நாள் திருவியா ஊர்தெருவாளுங்கல்லது ரெண்டாவது நாள் திருவியா காலனியாளுங்கல்லது. எத்தினி குடும்ப வகையறா இருக்குதோ அத்தினி ஆடு வெட்டுவாங்க மொத்தம் பதினெட்டு வகையறா..

வெட்டுற ஆட்ட அந்தந்த வகையறாக்குள்ளேயே தலக்கட்டு கணக்கா கூறுப்போட்டு பிரிச்சுக்குவாங்க காலு தல ஈரக்கொல போட்டின்னு எதையும் தனியாப்பிரிக்காம மொத்தமா வெட்டிக்கலந்து கூறுப்போடுவாங்க. ஒருக்கூறு கால் வீசய தாண்டாது. இந்த திருவியா வருசா வருசா நடக்காது திருவியா நடக்கனும்ன்னா அந்த வருசம் ஊருல்ல தீட்டு எதுவும் நடக்கக்கூடாது இத உட்டா தேர்தல் நேரத்துல்ல ஆட்டுக்கறி கொயம்புக்காசி சோறுப்போடுவாங்க ஊடு ஊடாவந்து அந்தந்த ஊட்டு படியாளுங்க கூப்பிடுவாங்க

காலனியாளுங்கல்ல சுந்தரம் மொய்லீயாரு ஊட்டுல மாட்டுக்கொட்டாயில்ல நீட்டா வைக்காபோட்டு வரிசையா உக்கார வைப்பாங்க ஒவ்வொருத்தர் முன்னால்லையும் பெரிய தாமர(தாமரை) எலப்போடுவாங்க. வரிசையில்ல கொறஞ்சது அம்பது பேராவது உக்காந்துக்குன்னு இருப்போம். அந்தமாதிரி பத்து வரிசயாயிருக்கும். ஒருத்தரோட ஒருத்தர் இடிச்சுக்குன்னும் இளிச்சுக்குன்னும் உக்காந்துக்குன்னுயிருக்கும்.. ஒரு ஒரு வரிசையா நிதானமா போடறதுக்கு இதுன்னா விருந்தா காலனிக்காரன் அவ்வளவு பொறும காப்பான்னா ஒருத்தன் எலமேல ஒருத்தன் காலு வெச்சு ஓடுவான் ரெண்டாவது.. சோறு இன்னாத்துக்கு, எதுக்கு போடறாங்கன்னு பின்னால்ல வர வரிசக்காரனுக்கு யோசனை மேல யோசன ஓடக்கூடாது எதுவான்னாலும் கப்புசிப்புன்னு ஒரே தபா காட்டுப்பூன.. கோய அமுக்குறமாதிரி அமுக்கின்னோம்ன்னு வெள்ளாயன் நெனப்பான். கூடை கூடையா வடிச்ச சோத்த எடுத்தாந்து உக்காந்துக்குனுயிருக்குறவன் முன்னால்ல தூக்கியாந்து வைப்பானுங்க. யபபா இவ்வளவு சோத்த காலனியில்ல கல்யாணத்துல்ல கருமாந்தத்துல்லக்கூட பாத்ததுக்கெடயாது. அப்படியிருந்தாலும் அது வாடசம்பா சோறாயிருக்கும். பருக்க ஒண்ணு ஒண்ணும் கடாப்பல்லு மாதிரி ஒருக்கை சோத்த எடுத்து அடிச்சா தவடப்பிஞ்சிப்புடும். உக்காந்துக்குன்னுயிருக்குறவன் ஒருத்தன் கண்ணும் சோத்துக்கூடைய பாக்க தப்பல்ல.எலயில்ல சோத்த ரெண்டு கையால்ல அள்ளிவச்சான். பொன்னி அரிசி சோறு தேங்கா துருவல்லு மாதிரி எலமேல தூண்டி தக்க மாதிரி மெதந்துக்குன்னு நோவாம குமிஞ்சியிருந்துச்சு.. சோத்துல்லர்ந்து வந்த சுடு ஆவியால்ல எல்லார் ஒடம்பும் குப்புன்னு வேர்த்து குளிச்சு உட்டமாதிரி ஆயிடுச்சு.

அந்தக்கொட்டாப்பூரா சோறு வாசன பணத்தையும் மிஞ் சிடுச்சு வாரம்பூரா.. கூவும் களியும் துண்ணுவனுங்களுக்கு அரிசி சோறு ஆர்ப்பாட்டமாயிருந்துச்சு களிதுண்ணும்போது களியில்ல இருக்குற நொய்ய ஒரு ஒரு பருக்கயா வாயிலேயே தனித்தனியா நாக்குல்ல ஒதுக்கி மொத்தமா ஒருவாயி சோறா துண்ணு

திருப்திப்பட்டுக்குவான். இங்க ரெண்டு கையால்ல அள்ளி வைச்சா அள்ளிவைக்குறவன் கையி கையெடுத்துக்கும்புடற ஊர்தெரு சிவன் கோயில் லிங்கமாதிரி.. சோத்த அள்ளி வைச்சவன் கிஷ்டன் மருமவன் அவன் கை ஒவ்வொண்ணும் பட்ட பட்டயா பித்தள போன் சட்டி மாதிரியிருக்கும் கயனியில்ல அவன் ஒருக்கையால்ல அள்ளி வாக்கற கஞ்ச நாம ரெண்டுக்கையால்ல வாங்கணும். அவன் உள்ளங்கைய தொட்ட.. நொச்சி தட்ட தொட்ட மாதிரியிருக்கும் உக்காந்தான்னா சிமிண்டி (சிமெண்ட்) தொட்டி மாதிரியிருப்பான். மண்ணு வேலைக்குப்போறது.. வேருப்பேக்கப் போறது.. வெறவுப்பொளக்கப்போறது..கரப்போடறது..வெரப்பு வெட்டுறது.. இதத்தவிர வேற இன்னா வேலைக்கு கூப்ட்டாலும் போவமாட்டான். சுந்தரம் மொய்லீயாரு ஊட்டு வேலன்னா எதுக்குன்னாலும் தயாரா நிப்பான் ஏனென்னா ஒரே வேளைக்கு ரெண்டாளு கஞ்சி அந்த ஊட்டுல்லத்தான் வாப்பாங்க. அரிசி சோத்த காலனியில்ல ஒரு வேலையாவது துன்றாங்கன்னா அந்தக்குடும்பம் ரைஸ்மில்ல ராவும் பகலும் தவடு ஜலிக்குறதாயிருக்கும் இல்ல ஊர்தெருவுல்ல மீனு எறா விக்குறதாயிருக்கும். தவுட்டுல்ல வர பெரிய நொய்ய வெள்ளாயிச்சிங்க எடுத்துக்குன்னு கல்லுப்பொறுக்கமுடியாத பூ நொய்ய தவுடு ஜலிக்கறவங்களுக்கு கூலிக்கு பதிலுக்கு குடுத்துடுவாங்க அதேமாதிரி மீனு எறா வாங்கிக்குன்னு துட்டுக்கு பதிலு பெரிய நொய்யக்குகுடுத்து வெள்ளாயன் ஊட்டு செலவுக்கு தர்ற துட்ட சேத்து வைச்சுக்குங்க இந்த நொய்ய அண்ணாச்சிக் கடயில்ல குடுத்து இன்னும கூட கேவுரு வாங்கிக்கிற எறாப்புடிக்கிறவளும் இருந்தா

சோத்துக்கூடைக்கு பின்னால்லேயே ஈயம் பூசுன பெரிய பெரிய பித்தள அண்டாவுல்ல ஆட்டுக்கறி கொயம்பு வந்து எறங்குச்சு. பச்ச பன மட்டயில்ல கொயம்ப ஒருத்தன் ஒரு கலக்கு கலக்கனான். அண்டாவுல்லயிருக்குற கறியும் கொயப்பும் மஞ்சா தவளையாட்டும் சும்மா எம்பி எம்பி முயுவுச்சுப்பாரு ஒவ்வொருத்தன் கண்ணும் விசாலப்பட்டுப்போச்சு. வரிசயா குந்திக்கின்னுயிருந்தவன் ஒரு ஒருத்தனும் மூச்சுப் பேச்சில்லாம எதிரயிருந்தவன் மூஞ் சிங்கல்லீயேப்பாத்துக்குன்னான். பனமட்டையில்ல கொயம்ப. கலக்க கலக்க.. கொயம்பு வாசனயாப்பட்டது. ஒவ்வொருத்தனுக்கும் மூக்குல்லயும்.., அதுல்லயிருக்குற காரம் காதுல்லயும் ஏறுச்சு, ஆம்பளயும் பொம்பளையும் சாராக்குடிச்சவன் மாதிரி ஆயிட்டான். மூக்கு நெத்தி தவட எல்லாம் வேர்த்து சில்லுன்னு ஆயிடுச்சுங்க. பசி பெரும்பசியாயி கண்ணு வயியா வந்து அமைதியாயி கண்ணூரம்மா கண்ணாட்டும்.. செலயா நின்னுடுச்சு. இனி வெள்ளாயன் செருப்ப எடுத்து அடிச்சாக்கூட ஏன் எதுக்குன்னு ஒரு கேள்வி எழாது. நாக்கும் கண்ணும் ஒரே உறுப்பாயி கண்ணுல்லேயே கொயம்ப நக்கி நக்கி ருசிப்பாத்தான் ஊர்த்தெருக்காரன் கொயம்ப ஊத்த

ஆரம்பிச்சான்.. சோறு வச்சவன் காலனிக்காரன். கொயம்ப ஊத்துனவன் ஊர்த்தெருக்காரன் கொயம்பு ஆண்டுவருனுமாம் சோறும் கறியும் எலயில்ல ரொம்பியிருக்க ஒவ்வொருத்தனும் சோத்த பிசிய ஆரம்பிச்சான் வாயில்ல எச்ச சுனையா புடுங்கிக்குச்சு. வெரல்லக்குற நகமெல்லாம் பல்லாயி சோத்த மொத அதுத்தான் பதம்பாத்துச்சு எலயில்ல உக்காந்துக்குன்னுயிருக்குற எல்லாம் சோத்த பெசஞ்சி எடுத்து வாயில்ல வைக்குறப்ப கொயம்ப ஊத்துனவன் சொன்னான் யாரும் வாயில்ல சோத்த வைக்காதீங்க. எல்லாரும் இங்கப்பாருங்கன்னான். அவன் சொன்னப்பக்கம் சுந்தரம் மொய்லீயார் நின்னுக்குன்னு இருந்தாரு. நெத்தி நொறய தின்னூரு(திருநீரு) வச்சுக்குன்னு வெள்ளக்கதர் ஜிப்பால்ல சுந்தரம் மொய்லீயார் சோத்துக்கு முன்னால்ல பசியா உக்காந்துக்குன்னு இருக்குற ஜனங்களப்பாத்து

"நான் சொல்றத உண்மைக்கா நீங்க திருப்பி சொல்லணும்"

சனங்களும் சரின்னு தலைய ஆட்டுச்சுங்க

"உங்க கையில்ல இருக்குற

இந்த அன்னத்தின் மீது

சத்தியமா சொல்லுங்க"

எல்லோரும் சோத்த கையில்ல உருட்டி மூஞ்சிக்கிட்டே வைச்சுக்குன்னாங்க..கண்ண மூடிக்கின்னாங்க..சுந்தரம் மொய்லீயார் சொல்ல சொல்ல எல்லோரும் பின்பத்தி சொன்னாங்க

"இந்த அன்னத்தின் மீது சத்தியமா நாங்க நீங்க சொல்றக் கட்சிக்குத்தான் ஓட்டுப் போடுவோம் இது இந்த அன்னத்தின் மீது சத்தியம். இந்த வார்த்தை எப்போதும் தப்பாது இது எங்க தாய் தகப்பன் மேல ஆணை. நாங்க கும்பிடுற குல தெய்வத்தின் மேல ஆணை. இத நாங்க துண்ற இந்த அன்னத்துமேல் அடிச்சு சத்தியம் பண்றோம்"

எல்லோரும் சத்தியம் பண்ணாங்க. இந்த சோத்துக்கு வராதவங்க கம்யூனிஸ்ட்கார விநாயகம் அண்ணா குடும்பங்களும்..அம்பேத்கர் மன்றத்துக்கார குடும்பங்கள் மட்டுமே அதிலியும் இதுல்லயிருக்குற உறுப்பினர்களும் அவங்க பொண்டாட்டி புள்ளைங்க மட்டும் வரலியே ஒழிய அவங்களுடைய அப்பன் ஆத்தா கூடப்பொறந்த பொறப்புங்கள அவங்களால கட்டுப்படுத்த முடியல்ல

அம்பேத்கர் மன்றத்துக்காரங்களும் கம்யூனிஸ்ட்காரங்களும் ஒரே காலனியல்ல.. மாமன் மச்சான் பங்கும் பங்காளியா இருந்தாலும் ஒருத்தர் ஒருத்தர் பேச்சுவார்த்தையில்லாம இருந்தாங்க. அதுக்கு இந்த

மன்றம்தான் காரணமாயிருந்தது. ரெண்டு குடும்ப புள்ளைங்க கிட்டே பேச்சுவார்த்த இல்லாம இருந்துச்சு. ரெண்டு குடும்பத்து புள்ளைங்க கபடியாடும்போது நீலடவுசர் செவப்புடவுசர் போட்டுக்குன்னு குழு குழுவா ஆடும். கம்யூனிஸ்ட்காரங்களுக்கு சிவலிங்க அண்ணன புடிக்கவே புடிக்காது சிவலிங்க அண்ணன் கம்யூனிஸ்ட்காரங்கள நிக்க வச்சு கேள்வி கேப்பாரு.., இவங்க, கட்சி (சவுக்கு) கொடிக்கம்பம் மாதிரி இந்த ரெண்டு குழுவும் ஒருத்தர் மேல ஒருத்தர் படாம பறந்துக்குன்னாங்க இது ஊர்த்தெருவுக்கு இன்னும் சவுரியம்மா போச்சு, வாட்டம்மா தெத்திதெத்தியடிச்சான்

யார் யாரெல்லாம் ஆட்டுக்கறி சோத்துக்கு வரல்லியோ அந்தவூட்டு பொம்பளங்கல்ல நடுவுக்கு களைக்கு அறுப்புக்கு கூப்பிடுல்ல பம்பு செட்டுல்ல துணி தொவைக்க உடல ரைஸ்மில்ல தவிடு ஜலிக்க கூப்பிடல்ல வரப்புமேல ஆட்டுக்கு புல்லு அறுக்க உடல வெள்ளாயன் கயனியில்ல நத்த நண்டு எறங்கி புடிச்சா படியாளுங்கள உட்டு வண்ட வண்டய கேக்க உடறது காலனி வழியாப்போற ஊர்தெரு மாடுங்க போடுற சாணிய அள்ள உடாம மாடு மேய்க்குறவன் தெருவுல்ல கால்ல ஓரமா தள்ளிவச்சுட்டுப்போனான். வேற யாருன்னாக்கூட அள்ளிக்கட்டும் நீ அள்ளக்கூடாதுன்னுட்டான் இதுன்னால்ல கை செலவுக்கு வரட்டி தட்டி விக்க முடியல்ல கொயந்தீங்க.. உண்ட வாங்கி துண்றதுக்கு கயனியில்ல கதிரு பொறுக்கபோனா தெத்திதெத்தியடிக்குறது. தொரவுல்ல குளிக்கவுடாம பண்றது மாடு மேய்ற கேவுரு தட்டு ஒடிக்கப்போனா யாரு மண்டனதுன்னு கொய்ந்தீங்கல்ல கேக்குறது. எறா கோயி முட்டன்னு ஊர்த்தெருவுல்ல விக்கவந்தா இந்த தெருவுல்லன்னா வச்சக்காறான்னா கீறான்னு ஓடியம்மா கேக்குறது. மொதமடயாயிருந்தாலும் கட்சியில்ல வா பாக்குலான்னு தண்ணி உட வந்த ஆம்பளைங்கல்ல எகிறியடிக்கறது தண்ணி இல்லாம தலைங்க பாள பாள காஞ்சி வெடிச்சு..பயிரு காய்ஞ்சாக்கூட.. பம்பு தண்ணி உட மாட்டேங்குறது எங்கேயாவது குட்டையில்ல இருக்குற தண்ணியாவது இன்ஜின்னு வச்சு அடிச்சக்குல்லாம்ன்னா இன்ஜினும் ஊர்த்தெருவுல்ல கெடிக்காது பக்கத்தூர்லந்து வாடகைக்கு எடுத்தாந்து தண்ணி ஓட்டுன்னா எடசாதி (இடைப்பட்ட சாதி)ங்கல்ல ஏவி பெல்ட்ட திருடவுட்டு இன்ஜின் ஓடாம பண்றது கேட்டா போறவர்ற வழியில்ல மடக்கி சண்ட வலிக்குறது பொம்பளய மடக்குவானுங்க புள்ளங்க மேல ரைஸ்மில்ல தவுடு அள்ளிடுச்சுன்னு பொய் சொல்லுவானுங்க. இதுன்னால்ல ஆடுமாட்ட அவுக்கமுடியாது அதுங்கல்ல மடக்கி வச்சுக்குன்னு இன்னா பயிரு மேல அவுத்து உட்டுட்டு மயிறாச்சு ஊட்டுல்ல படுத்துக்குன்னுகிறியான்னு பவுண்டுல்ல ஓட்டி உட்டுடுவானுங்க அதுக்கு தண்டம் கட்டி ஆட்டு மாட்ட ஓட்டியாறனும் இல்ல நம்ம கண்ணுமுன்னாலேயே நம்ம ஆட்டு

மாட்ட கட்டிவச்சு அடிப்பானுங்க. சென ஆடாயிருந்தாக்கூட வயித்துமேலேயே எட்டிஎட்டி உதைப்பான் பாக்க நெஞ்செல்லாம் பதறும். எப்பேர்கொந்த பாவத்தியும் செய்ய துணிவானுங்க சும்மாவே ஐம்பது சென்ட் பயிர மேஞ்சிடுச்சு கொண்டா நஷ்ட ஈடுன்னுவானுங்க நாம எங்கப்பபோறது எப்பேர்ப்பட்ட பாடு பட்டாவது நம்மள அவன் ஊட்டு வாசல்ல வந்து மண்டிப்போட வக்கிணும்ன்னு சிந்திப்பானுங்க. ஓட்டுப்போட்ட ஆம்பள பொம்பள வந்து பொடவ லுங்கி வாங்கிக்குன்னுப் போங்கன்னு வெள்ளாய மூட்டலர்ந்து தகவல் வந்துச்சு.

சிவலிங்க அண்ணன் சொன்னாரு

“சோத்துக்கும் துணிக்கும் அவ ஊட்டு கொட்டாயில்ல குந்தின்னுயிருக்குற வர்றீக்கும் உனக்கு ரோசம் வர்ராதுடா”

ஏழுமலை கேட்டார்

“ருசியா நாக்கு கேக்குதே உங்கிட்ட இருக்குதா இல்ல நாக்க அறுத்து போட்டுட்டா”

“நாக்க ஏண்டா அறுக்குற அது நியாமாத்தான் கேக்குது திருடு திருடி துண்ணு. ஊர்த்தெருவுல்லயிருக்குற ஆட்ட திருடி அறுத்து துண்ணு.. ஊர்த்தெரு கொட்டயில்ல பொண்டாட்டி புள்ளையோட கேவலப்பட்டு துண்ணுட்டு அடிமன்னு பேரு எடுக்குறதவிட திருடன்னு பேரு எடு அது அதவிட பத்துமடங்கு மரியாதையாத்தான் இருக்கும்”.

ஊர்த்தெருவுல்ல பெரிய காராம்பசு டில்லி எரும சொத்துன்னா காலனியில்ல நம்பர் கோழிக்குஞ்சே பெரிய சொத்தாயிருக்கும். ஊர்த்தெருவுல்ல வெள்ளாச்சிங்க பெரிசா கோயி வளக்க ஆசப்படமாட்டாங்க தெனம் கோயிப்பீய வாரிப்போடறது காலனி பொம்பளங்கன்னாலும் அது நாத்தம் பெரிய நச்சு. கோயிப்பீ வாசனைக்கு எங்ககீற சாராப்பாம்பும் வந்துடும் கோயிப்பீ அதுக்கு முட்டாய்(மிட்டாய்) மாதிரி போதாதுன்னு சித்ரமாசத்துல்ல கீரிப்புள்ளங்க தொல்லத்தாங்காது மழக்காலத்துல்ல காட்டுப்பூனைங்க.. கோழி கூண்டையே தூக்கும் எவ்வளவுப்பெரிய அம்மிக்கல்ல கூண்டு கதவு மேல சாய்ச்சி வச்சாலும் வாட்டமா நவுத்தி தெறந்து கோய அமுக்கிடுப்புடும் காலனியில்ல ஊடு தவறாம கோயி கூண்டு இருக்கும். கூண்டு இல்லாத ஊட்டுல்ல தின்ன ஓரம் கோயிக்கவுக்குற கூடையாவது இருக்கும்..ஊட்டுக்கு கொறஞ்சது பத்து கோயாவது ருந்தே தீரும் அதுல்ல பாதிமுட்டயிடும் இந்த முட்டைங்கல்ல சேத்து ஊர்தெருவுல்ல கேவுருக்கும் நொய்யுக்கும் விக்குங்களேயொழிய மனசார ஒரு முட்டய அவுச்சி காலனிப்பொம்பளைங்க தானும் துன்னாது புள்ளைங்களுக்கும் குடுக்காதுங்க பொண்ணு வயசுக்கு

வந்தா பத்து முட்ட பதினைஞ்சு முட்டன்னு ஒடிச்சு ஊத்துங்க தீவாளி மாட்டுப்பொங்கலுக்கு கோயி அறுக்குங்க மத்தப்படி கோயியையும் முட்டையையும் எண்ணி எண்ணி புதயல் மாதிரி வைச்சுக்குங்க. எந்தப்பானையில் முட்ட வைச்சுக்குறாங்குறது அவளுக்கும் ஊட்டுல்லயிருக்குற பூனைக்கு மட்டும் தெரியும். ஆளு ஊட்டுல்ல இல்லாத நாளுப்பாத்து பூன பானைய உருட்டக்கூடாதுன்னு பூனைய வெளிய தொத்திட்டு பானைய மாத்திக்கின்னேயிருப்பா ஆனா பூனை இத்தையெல்லாம் மீறும் அடுக்கு சாயாதவாறு தலக்கீழ வாட்டத்துல்ல இறங்குனப்படியே ஒரு ஒரு பானையா மோந்துக்குன்னே வரும். பக்கத்து ஊரு களைக்குப்போனாக்கூட அவ கவனமெல்லாம் அடுக்குல்லேயே இருக்கும் பூனைது ஒரு ஒரு அடியும் நெனப்புல்ல வந்துப்போவும். பூன முட்டப்பானைய கண்டுப்புடிக்கிற அன்னிக்கு ஊட்டு வேப்பமரத்தாண்ட அடிக்குற கவுலி அவளுக்கு களையெடுக்குற கயினிவரிக்கும் கேக்கும் நடுக்கயனியில்ல நின்னுக்குன்னு வானத்தப்பாத்து..ரெண்டுக்கையும் எடுத்து கும்புட்டுக்குன்னு

“மாரியாத்தா அந்த சக்காளத்தியாவூட்டு பூனைய தொத்திவுடும்மா புள்ளக்கி ஜாமன்ட்ரி பாக்ஸ் வாங்கறதுக்கு சேத்து வைக்கிறண்டியம்மா அதுல்ல வர்ற, வெள்ளிக்கெயம்ம உன் புத்தாண்ட வந்து உனக்கும் முட்ட ஒண்ணு ஒடிச்சு ஊத்துறண்டியம்மா”ன்னு வேண்டுவா சாயரச்சே ஊரு திரும்பும்போது ஏதாவது குட்டயிருக்காதா கொளம்மிருக்காதான்னு கொயம்புக்கு தேடுவானேயொழிய ஊட்டுல்லயிருக்குற முட்டய ஒடைச்சி ஊத்தி ஒரு கொயம்பு வைக்கமாட்டா முட்டய எண்ணும்போது துட்டாவே எண்ணுவா கோயி முட்டயிடுறப்ப அது காலுப்பட்டு தப்பித்தவறி எப்பாவது முட்ட ஒடைஞ்சிடுசுன்னா அந்தக்கோயிவாங்கும்பாரு கேயி அவ வாழ்நாள்ல.. அவ நாத்தனாரு மாமியாரக்கூட அப்படியாங்கொத்த கேயி கேட்டிருக்கமாட்டா எத்தல்லாம் வித்தா துட்டோ அதையெல்லாம் பட்டினியிருந்தாவது பாத்து பாத்து வளக்குங்க அத கிள்ளிக்கூட மோந்துபாக்காதுங்க.. அது கத்தரிக்காயாயிருக்கல ாம்..புளியாம்பயமாயிருக்கலாம் முட்டையா கோயா எதுன்னாலும் ஆனா அதே சமயம் எதுல்லாம் சும்மா கெடக்குமோ அத பாதி ராத்தியிண்ணாலும் துண்ணுட்டு படுக்குங்க காட்டுபன்னி காட்டுப்பூனை மட்டி மருளு இல்லிப்பூச்சி குப்பக்கீற கேவுருத்தட்டு அல்லிக்கெழங்கு புளியாங்கொட்ட பனங்குருத்து கெழங்கு பனம்பழம் ஆமை நண்டு நத்த செத்தமாடு விலாங்குமீனுன்னு

நத்த மத்த எல்லாத்தையும் விட ருசியாவும் மருந்தாவும் இருந்துச்சி நத்தய காலனியாளுங்கத்தவிர ஊர்த்தெருவுல்ல யாரும் தொட மாட்டாங்க ஆனா மூலம் வந்தா எவனும் ஜாதி வித்தியாசம் பாக்காம

நத்தய செஞ்சு எடுத்தாந்து தரச்சொல்லுவாங்க. நத்த மூலத்துக்கு நல்லது. எவ்வளவுப் பெரிய கூத தொங்கினாலும் நத்த பட்டுன்னு கொணமாக்கும் நத்தை ஓட்ட ஓடச்சா தெளிஞ்ச தண்ணி ஊத்தும் அத கண்ணுல்ல உட்டா கண்ணு பளிச்சிடுன்னு ஆயிடும் மொத மழத்தான் தாமசம் ஆடிமாசத்துல்ல ஈ மொய்கிறமாதிரி ஊருப்பூரா நத்தைங்க மேயும். ஆறு ஏரி கொளம்ன்னு ரொம்பி அப்பிடியே ஊருக்குள்ளே வந்து ஊட்டு வாசல் வரிக்கும் வந்துடும். முள்ளூ மரத்துல்ல ஏறும் திண்ண ஓட்டுல்ல ஒண்டிக்கின்னுயிருக்கும். செவுரெல்லாம் ஒட்டிக்குன்னுயிருக்கும் வாசல்ல மாட்டுக்கொட்டவுல்ல கொள்ள பக்கமா குப்பமேல தொட்டி மேலன்னு கை வெர போட்டமாதிரியிருக்கும். பேண்ட்டுட்டு காலக்கயுவ கொளத்து ஓட்டுல்ல காலவைக்க எடமிருக்காது. வழி பாட்ட வண்டி பாட்டன்னு படுத்துக்குன்னுயிருக்கும். துணிஞ்சு மெறிக்க மன்சு வராது. வண்டி பாட்டயில்ல படுத்துக்குன்னு நசுங்கி நெடுக சாவும். தெரியாம மெறிச்சுட்டோம்ன்னா பாட்டலு ஓடு மாதிரி நத்த ஓடுங்க கால்ல சொருவிக்கும் மட்டிய மருள தேடிக்குன்னு போறமாதிரி நத்தைய தேடிக்கின்னு போவத்தேவையில்ல எங்கப்பாத்தாலும் நத்தைங்க சொருஞ்சி வச்சிருக்கும். துண்ண துண்ண மாளாது. சட்டி சட்டியா துண்ணாலும் சலிக்காது. எவ்வளவுன்னாலும் துண்ணுங்கன்னு வரிசக்கட்டிக்கின்னு தயிரியமா வந்துக்குன்னேயிருக்கும் எறவானத்துல்லேயும் கயுவி கவுத்து வச்சுக்குற சட்டி மேலேயும் வந்து துணிச்சல்லா நிக்கும் வெயில் காலத்துல்ல கயிக்கால் பக்கம் திரியுற நரியெல்லாம் ஐப்பசி மாசத்துல்ல கயனி கயனியா திரியும் நரிங்க நத்தய முட்டி எலும்புங்கல்ல உறியமாதிரி உறிஞ்சுப்போடும். ராவான்னாப்போதும் ஊட்டுப்பின்னால்ல கொல்ல வரிக்கும் வந்து ஊளயிடும். விடிகாத்தால்ல ஊருக்குள்ள தெரு நாயுங்க மாதிரி குறுக்கும் நெடுக்கும்மா ஓடுற நரிய தெத்திதெத்தி அடிக்கிறது பசங்களுக்கு ஒரு வெளயாட்டா இருக்கும்.

4

அப்பால்லாம் காய்ஞ்சாத்தான் பஞ்சமில்ல நிக்காம பேஞ்சாலும் பஞ்சம் வந்துடும் ராவுன்னு தெரியாம பகலுன்னு தெரியாம கும்முன்னு இருட்டிக்குன்னு நாளுக்கணக்குல்ல பேயும் வரப்பு தெரியாது. எல்லாக்கயனி மேலயும் சதுரமா தண்ணி நிக்கும். ஊரு ஏரியில்ல முழுவுன்னமாதிரி தலதூக்கின்னு தத்தளிக்கும் . மழ நிக்காம எங்கியும் வேல வெட்டிக்கு போவமுடியாது. மழ நின்னாலும் தண்ணி வடிய வாரக்கணக்காவும் பாதி ஊரு செவுரு நிக்காம ஓதம் ஏறி சாஞ்சிப்புட்டிருக்கும்.. தூலக்கட்டு ஊடு தாங்குற அளவுக்கு நட்டாங்குப் போட்டு தூக்கி கட்டுன ஊடு தாங்காது. ஆந்திராப்பக்கம் ஓடிப்போன பொயலு திசையப்பாத்துக்குன்னு இளிச்சுக்குன்னு நிக்கும். தூலக்கட்டு ஊட்டுக்காரனும் கூரமேல வைக்காப்போட்டுயிருந்தான் தப்பிச்சான். இல்லன்னா காத்து ஓலயப்பிச்சி பனமர உசரத்துக்கு காத்தாடி உட்டுப்பாக்கும் மழநின்னா இத்தையெல்லாம் சரிப்பண்ணறது சுலப்பத்துல்ல ஆவாது. வேல வெட்டிக்கு போவ முடியாத நாள்ல்ல ஊட்ட சரிப்பண்ண வயித்த சரிப்பண்ண ஊர்த்தெருவுல்லத்தான் போயி நிக்கணும். இன்னா கெஞ்சிக்கூத்தாடினாலும் வெள்ளாயனுங்க அம்பேத்கர் மன்றத்துக்காரங்களையும்..கம்யூனிஸ்ட்டுக்காரங்களையும் ஒத்துக்கவே மாட்டானுங்க. இருந்தாலும் இந்தக்காத்து மழையில்லையாவது நம்ம ஊட்டு வாசல்ல வந்து உழமாட்டானுங்களான்னு ஊர்த்தெருவுல்ல எத்தினியோப்பேரு கற்பூரம் கொளுத்தி வேண்டிக்காத்துக்குன்னு இருப்பான். இருந்தும் பசிச்சாக்கூட யாரு ஊட்டு வாசல்லயும் வேர்த்து வெலவெளுத்து வந்து நிக்கமாட்டாங்க புள்ளைங்களும் அதேமாதிரியிருக்கும்

இத்தினி நடந்தாலும் வெள்ளாயன் மூட்டுக்கு(வீட்டுக்கு) எவ்வளவு காய்ஞ்சது பேய்ஞ்சதுன்னு தெரியவே தெரியாது. புள்ளைங்களும் நாங்களும் இருக்குற வேசத்தப் பாத்தும் ஊடும் ஊரும் இருக்குற கோலத்தப்பாத்துத்தான் புரிஞ்சுக்குவாங்ளேகண்டி மிச்சது எதுவும் தெரியாது. மழைக்காலத்துல்ல ஊட்டுக்குள்ளவே கதவ மூடிக்கின்னு இழுத்துப் போத்திப்பாங்க, மழநின்ன, பொறவு கதவத்திறந்து வாசல்ல வந்து நிக்கும்போது சுள்ளுன்னு உடம்புல்ல ஏறுற வெயில்ல வச்சு புரிஞ்சுப்பாங்க ஊட்டுக்குள்ளேயே எத்தினிநாளுயிருந்தாங்கன்னு

மழைத்தெரியப்போவுதா... வெய்யில் தெரியப்போவுதா.... பசித்தெரியப்போவுதா பட்டினித்தெரியப்போவுதா மழக்காலத்துல்ல

ஆம்பளைங்க சார்மினார் சிகரெட் புடிச்சுக்குன்னு பட்டப்பட்டயா வாளாக்கருவாட்ட வறுத்து வச்சிக்கின்னு பிராந்திக்குடிக்குறது பொம்பளைங்க கொயுப்பு வடிய வடிய கமறுக்கட்டாட்டம் இருக்குற வஞ்சிரக்கருவாட்ட துண்டு துண்டா வறுத்து பத்தாதுக்கு முட்டய அவிச்சி வெட்டி மொளகாத்தூளு தடவி எண்ணெய்ல்ல உட்டு வறுத்து காய்ஞ்ச மொளகா கிள்ளிப்போட்டு மினுமினுன்னு தண்ணியா சாம்பார் வச்சி துண்றது.

இந்த மய நேரத்துல்ல காலனிப்பொம்பளைங்க பானையில்ல யிருக்குற கோயி முட்டயங்கல்ல எடுத்துக்குன்னு கோணிய தலமேல போட்டுக்கின்னு நனைஞ்ச கோயாட்டம் கூவிகூவி ஊர்த்தெருவ சுத்தி சுத்தி முட்ட விக்குங்க ஆயாக்கு நொய்க்கும்.. கேவுருக்கும் தெரு தெருவா சுத்திவர்றதுக்குள்ள கையிக்காலு வெளேரி சிலுசிலுத்துக்கும் வெலக்கூவி முட்ட விக்காதவாறு வாயி ஒதறும்.. கோணிக்கும் பசின்னா பசி அப்பிடியாக்கொந்தப் பசியெடுக்கும் குளூராவது மயிராவது யார் ஊட்டுல்லயாவது சிலுத்துப்போன பயுது ஊத்த மாட்டாங்களான்னு மனசு முட்டிப்போட்டுக்குன்னு அயும் (அழும்).

மழக்காலத்துல குளிரு எப்படி அடிக்கும்.., பசி எப்படி எடுக்கும்ன்னு ஊர்த்தெருவுக்கு தெரியாது. குளிரில்ல பசியெடுத்தா உடம்புல்ல ரத்தமே இல்லாத சப்பி போட்ட காஞ்ச பனங்கொட்டமாதிரி வெளுத்து கை காலு வெறச்சிக்கும் வெயில்ல பசியெடுத்தா கண்ணுப்போயி மண்டையில்ல சொருவிக்கும் கை தானா கும்பிட ஆரம்பிச்சிரும் தெய்வத்த இங்கத்தான் கண்டுப்புடிச்சான் மனுசங்குற மாதிரி சந்தேகம் வரும்.. அப்போ தெய்வம்ன்னா பசியும் பட்டினியா வாட்டி வதக்கி வலுவிழக்கவச்சி கால்ல உழவைக்கிற எஜமானனா... பருவம் தவறாம மய வந்தாலும் பஞ்சம் வருமா..? பஞ்சம் வருதுன்னா மழை வரமா பஞ்சமா...

இந்த மழையில்ல வெள்ளாய மூட்டுல்ல.. ஒரு கெழமாடாவது குளிரு தாங்காம சாவாதா அது காலனிக்கு கறியாவாதான்னு இன்ன வர்றீக்கும் எங்க பாட்டன் பூட்டன் காலத்துலர்ந்து என் அப்பன் ஆத்தா எங்க வர நெனச்சதுக்கெடயாது

குளிருல்ல பசி தாங்காம புள்ளைங்க உப்பு அடை துண்ணாலும்.. அய்யோ ஆண்ட மூட்டுல்ல மாடு இன்னா ஆச்சு..ஆடு இன்னா ஆச்சுன்னுதான் கம்பத்துலயிருக்குற ஒவ்வொரு படிக்காரனுக்கும் எண்ணம் பதைக்கும்.

எவ்வளவு மழப்பெஞ்சாலும் ஆடுமாடு மழயில்ல நனையுதா கொட்டயில்ல மாத்திக்கட்டலாம்ன்னு நெனச்சு ஒரு வெள்ளாயன் கதவத்திறந்து வெளிய எட்டிப்பாக்கமாட்டான். படியாள் இடி

மின்னலையும் பாக்காம கோணிய எடுத்து தலமேல போட்டுக்குன்னு பெரியாண்டவரே மதுரைவீரான்னு கத்திக்கின்னே காலனியிலர்ந்து ஊர்த்தெருவுக்கு ஓடிவருவான். ஊர்த்தெருவுக்கு ஓடுன்ன ஊட்டுக்காரனுக்கு ஒண்ணும் ஆவக்கூடாதுன்னு பொண்டாட்டி புள்ளைங்களும் அர்ச்சுனா அர்ச்சுனான்னு ஊட்டுல்ல கத்திக்கின்னு கெடக்கும் மழையில்ல மாடு கொட்டயில்ல ஈரத்துல்ல ஒரே எடத்துல்ல நின்னா கால்ல புண்ணு வந்துடும்ங்கறது அவங்கவல மாட்ட மாத்திக்கட்டி..வைக்காப்புடுங்கிப்போட்டு கைவைக்கா எடுத்து ஒடம்ப பூரா தேச்சி..ஒதற மாட்டுக்கு சூடு ஏத்துவான். மத்த மாடுங்களுக்கு வைக்கா புடுங்கிப்போடுற மாதிரி எருதுங்களுக்கும் வைக்கா புடுங்கிப்போடமுடியாது தவிடு காட்டியே ஆவணும் இல்ல வயிறு எக்கிக்கும். ஒரு எலப்பு எலைக்கும் தொட்டியயிலயிருக்குற மழத்தண்ணியில்ல தவிடு கலக்க முடியாது மாட்டுக்கு குளிரு எடுத்துக்கும் கொட்டாயில்ல இருக்குற உரையிலிருந்து தண்ணி எடுத்து தவுடு கலக்கணும் கொட்டயில்ல சாரல் அடிக்காம இருக்க பழைய கோணிங்கல்ல கட்டித்தொங்கவிடுவான் மொத்த சாணியும் ஈர மண்ணையும் மம்மூட்டியில்ல வயிச்சு சமமா வாரி வெளியே தள்ளுவான். இன்னிக்கு பாலு வண்டிக்காரன் வரமாட்டான். வெள்ளாயமூட்டு காபிக்கு மட்டும் சொம்பு பாலக்கறந்துக்குன்னு கண்ணுக்குட்டிய அவுத்து உட்டு அதுங்களுக்கு கதகதப்பா இருக்க வைக்காவப்புடுங்கி பரப்பிப்போடுவான்... அதுப்பக்கத்துல்லே கயிறு உட்டு கட்டிவுடுவான்.

இதெல்லாம் வெள்ளாயனுங்களுக்கு தெரியுமா தெரியாதன்னா கண்டிப்பா தெரியும். இது படியாளு தலையெழுத்து. படியாளு இந்த தலையெழுத்த நம்புறானோ இல்லியோ வெள்ளாயன் நம்புறான். அந்த நம்பிக்கைய படியாளு மேல வைக்கிறான். அதனால்லத்தான் அவன் நிம்மதியா சார்மினார் சிகரெட் புடிக்க முடியுது.

எல்லாம் மழக்காலத்திலும் காலனியில்ல எப்படியாவது ஒரு பொணமாவது உய்ந்தே தீரும். வெயில்ல செத்தாக்கூட பாடு பெரிசா இருக்காது.. மழை அப்படியில்ல மொதல்ல அக்கம் பக்கம் போயி கடன் கேக்கமுடியாது ஊரே எந்த வெள்ளாயன் வூட்டுல்லப்போயி கேவுருமாவு கேக்கலாம் பூ நொய் கேக்கலாம்ன்னு யோசிச்சுக்குன்னுயிருக்கும். எழவு சொல்ல ஆளு அனுப்ப முடியாது கூலிக்கு மேல கூலி குடுத்தாலும் எவனும் போவ யோசிப்பான். குடிக்காரனுங்க போவ துணிவானுங்க. ஆனா இந்தமாதிரி அவசரத்துல்ல இதுதான் சமயம் குடிய கூட வாங்கித்தர சொல்லுவானுங்க..எவ்வளவு வாங்கிக் கொடுத்தாலும் மாளாது. அப்படி வாங்கிக்கொடுத்தாலும் நாலு ஊருக்குப்போடான்னா ரெண்டு ஊருக்கு போயிட்டு... எந்த சத்தரம் சாவடியில்லயாவது

மல்லாந்துட்டு பாலுக்கு மறுநாள் வருவானுங்க அவனுங்கல்ல திட்டவும் முடியாது.. ஒரைக்கவும் ஒரைக்காது.

அப்படி ஆளுங்க வந்தாலும் வந்து நிக்க வாசல்ல எடமிருக்காது. சாவ வாசல்ல கலத்தமுடியாது. ஊட்டுக்குள்ளே சாவ வச்சிட்டு அக்கம் பக்கம் ஊட்டுல்லப்போயி தீட்டோட உக்கார முடியாது. மோளம் அடிக்கிறவன் கை வெறச்சிக்குச்சுன்னுவான். சாராயம் குடிக்குறதுல்ல இவனும் எழவாளும் ஒண்ணுத்தான். உரப்பா வாங்கி கொடுத்தா மோளம் மட்டும் கயித்துல்ல தொங்கும்.. தல மோளத்துல்ல தொங்கும் அப்படியே மோளம் அடிச்சாலும் ஈரத்துல்ல தோலு நமுத்து தொப்பு தொப்புன்னு கேக்கும். ரெண்டு ஊடு தள்ளிக்கேக்காது எங்கப்போனாலும் ஈர வைக்காவாத்தான் இருக்கும் அஞ்சு நிமிஷம் நின்னு அடிடான்னா ஈரத்துல்ல காலு மறுத்துக்குச்சுன்னுவான் ரெண்டுத்தட்டு ஒரு பீடிப்புடிப்பான் திரும்பவும் ரெண்டுத்தட்டு ஒரு பீடி. இது மோளக்காரன் நெலம செத்தது பொம்பளன்னா.. தாய் ஊட்டுக்கும் ஆம்பளன்னா .. அக்கா தங்கச்சிக்கும் சபையில்ல தலக்கட்டு கட்டுறவனுக்கும் கயித்துப்பொடவ போடறவனுக்கு மட்டும் மொத எழவாளு ஓடும்.. வந்து சேர்ந்தா.. சட்டு புட்டுன்னு பாடய தூக்கவேண்டியது. மழக்காலத்துல்ல பொச்சா நாயுக்கும் நரிக்கும் காவல் காக்கணும் கொளுத்தணும்ன்னா.. காலனியில்ல வெட்டுற மாதிரி ஏது மரம். பொதுரும்... சுப்புலும்மா இருக்குது. கொஞ்சம் தண்டியா கை கனத்துக்கு இருந்தாக்கூட போதும்ன்னா வெள்ளாயனுங்களாண்டத்தான் போயி நிக்கனும் கட்டக்கூட கெஞ்சி கூத்தாடி வாங்கிடலாம். வரட்டிக்கூட கடன் வாங்கிடலாம். கிருஷ்ணாலு பத்து லிட்டராவது ஆவும். அது இல்லாம ஆவவே ஆவாது..யாரு ஊட்டுல்லப்போயி நிக்குறது. யாரும் கிருஷ்ணாலு வாங்குறது இல்ல எல்லார் ஊட்டு சக்கரக்காடும் ஊர்த்தெருவுல்லத்தான் இருக்கும் வெள்ளாயச்சிங்க காப்பி போடுறதுக்கும் பலகாரம் செய்யறதுக்கும் எல்லார் ஊட்டு (குடும்ப அட்டை) சக்கரக் கார்டயும் வாங்கி வச்சுப்பாங்க ஒன்லைட் வந்தப்பொறவு..யாரு ஊட்டுலயும் கிருஷ்ணாலு வாங்குறப்பயக்கம் இல்லாம் போச்சு. ஆத்திரம் அவசரத்துக்கும் அண்ணாச்சிக்கடயில்ல வாங்கிற பயக்கம் வந்துடுச்சு

கட்சிய்யா பொதைக்குறதுன்னு முடிவாயி கோணியப் போத்திக்குன்னு ஜம்பாங்கொடயில்லா மூடிக்கின்னு வெடிய வெடிய பீடிப்புடிச்சுக்குன்னு மாத்திமாத்தி பொச்ச பொணத்து மேல உக்காந்துக்குன்னுயிருந்தாங்க ஒவ்வொருத்தன் கையிலும் கடப்பார வெட்டுக்கத்தி இச்சாதடியும் இருந்தது. நரிங்க ராவெல்லாம் மாத்தி மாத்தி ஊளையிட்டுக்குன்னு சுத்தி சுத்தி வந்தது. ஒவ்வொருத்தன் ஒடம்பும் குளிருலேயும் அனலடிச்சுச்சு.

கண்ணு மேல ரப்ப தள்ளாடுது கண்ணு மூடுன்னா நரி பக்கத்துல்ல வந்துட்ட மாதிரியே ஊளையிடறது கேக்குது மழ வேற நிக்கவேயில்ல காத்தும் கூட சேந்துக்குன்னு செவிட்டி செவிட்டி அடிக்குது. மின்னலடிக்குறப்ப ரப்ப மூடுற நேரத்துல்ல ஊரு சுடுகாடுன்னு எல்லாம் பளிச்சுன்னு பட்டபகலாட்டம் தெரியுது. தொலாவா நரிங்க கூட்டமா மாராலடிச்சாமாதிரி நிக்குறது நேருக்கு நேரா தெரியுது மின்னலடிக்காம இருக்கலாம் போலயிருக்குதேன்றமாதிரி மனசு பதறது அந்த நேரம் பாத்து

"யோவ் கும்பல் கும்பலா நிக்குதய்யா பொணத்தத் துண்ண வந்ததுங்க நம்மல்ல பதம்பாத்துடும் போலக்குதய்யா"ன்னு சொல்லிக்குன்னே ஓடப்பாத்தான் எல்லப்பன்.

ஒண்டியாப்போவ பயம் வேற அவனுக்கு. தொலவுலந்துக்குன்னு நரிங்க சொரங்கம் வச்சுக்குன்னே பொணத்துக்கிட்ட வந்தா இன்னாப்பண்றதுன்னு கேட்டான் குள்ளக்கெண்ட மாரி. தானி நரிங்க ஊளையிடும் தெசயப்பாத்து ஓங்கி கொரல் எயுப்பி ஓங்காரம் போட்டார்

"ஒ ஹா ஒ ஹா ஒ ஹா"

அவரோடு எல்லோரும் அதேமாதிரி கொரல் கொடுத்தாங்க. பயத்துல்ல வேற இன்னாப்பண்றது. நரிங்க பிதறவேயில்ல. அதுங்களும் பதிலுக்கு நேரம் உட்டு நேரம் உட்டு ஊளையிட ஆரம்பிச்சதுங்க.

"ஊள.. ஊள.. ஊள."

தானிக்கு பயத்திலும் சிரிப்பு வந்ததுச்சி. "எமன மண்டனதாயிருக்குதுங்களே."யின்னார் தானி. அந்த சிரிப்பையே தானி ஓங்கி சிரிச்சார் அப்போது இடி இடிச்சு மின்னல் அடிச்சது. நரிங்க ரொம்ப பக்கத்துல்ல திணியும் நேருக்கு நேரா தெரிஞ்சது தானி வெட்டுக்கத்தியை கையில்ல எடுத்து சுத்திக்குன்னு "ஆஹா ஆஹா ஆஹா ஆஹா"ன்னு சிரிச்சுக்குன்னே... சுத்தி சுத்தி ஆடுனார். கூடயிருந்தவங்க ஆஹா ஆஹாவென சிரிச்சுக்குன்னே

"பர... பர... பர டண்டணக்கு பர பர பர டண்டணக்கு டண்டணக்கு பர பர பர"

வாயில மோளம் அடிச்சுக்குன்னு சுடுக்காட்டுல்ல சுத்திசுத்தி மழயில்ல நனைஞ்சுக்குன்னு ஆடுனாங்க மொத்தப்பேரும் பொணத்துமேல அகங்காரமா ஓங்காரமிட்டும்..சிரித்தும்.. மோளம் அடிச்சும் ஆடறப்ப போரு போரா(வைக்கோல் போர்) நெருப்பக்கொட்டறாட்டம் மின்னலடிச்சுது தூரத்துல்ல நரிங்க இவங்க ஆட்டத்த பாத்திருக்கலாம் இதுக்குள்ள மழ நின்னுயிருந்துச்சு. அப்போ ஒருத்தன் சாராயம் வாங்கிக்குன்னு வந்துட்டான்.

வயசு வித்தியாசம் பாக்காம... எல்லோரும் ஒரே லோட்டாவுல்ல மாத்திமாத்தி குடிச்சாங்க.

"டேய் முருகா ஏது சில்வர் லோட்டா"

"சரக்கு வாங்கின்னு வரும்போது மய ஜோரா அடிச்சுச்ன்னு கொஞ்ச நேரம் ஊர்த்தெருவுல்ல மூடுன்ன கிஷ்ணன் டீக்கடயில்ல உக்காந்தோம் செவுத்து வார் பட்டயில்ல லோட்டாவுங்கல்ல கயுவி வச்சிருந்தது நான் கண்ணாடி கிளாச எடுத்தேன். இவன்தான் 'அவன்தான் டீய நம்மளுக்கு கண்ணாடி கிளாசு, ஊர்த்தெரு ஆளுங்களுக்கு சில்வர் லோட்டாலத்தர்றான் நீயும் எதுக்குடா கண்ணாடி கிளாச எடுக்குற'ன்னா நாங்க மொத்தம் முப்பத்தாறு கண்ணாடி கிளாசையும் எடுத்தாந்து பம்ப் செட்டாண்ட ஒடிச்சுப்போட்டுட்டு சரக்கு அடிக்கறதுக்கு சில்வர் லோட்டாவ எடுத்துக்குன்னு வந்துட்டோம்"

"மிச்சம் சில்வர் கிளாசு எங்கடா"

"பொச்சு வச்சுக்குறோம் ஒரு வாரம் ஆவுட்டும்"

சாராயம் சூடாக உள்ளே இறங்கியதும் எல்லோரும் திணியும் ஆட ஆரம்பிச்சாங்க

"பர பர பர டண்டணக்கு"

இப்போது நரிங்க ஊள இல்ல மின்னலடிச்சது ஒருவன் நரியிருக்குற திசயப்பாத்தான்

"இன்னாப்பாக்குற"

"நரிங்க இருக்குதான்னு பாக்குறேன்"

"ஒண்ணுக்கூட காணும். சொரங்கம் வச்சிருக்கும்மா"ன்னான் திணியும் குள்ளக்கெண்ட மாரி.

"ங்கோத்தா புடிச்சாடா அந்த நரிங்கல்ல சரக்கு ஊத்தி உடலாம்"ன்னார் தானி போதையில்ல

செத்தவன் எதுக்கு செத்தான்னு கேள்வி யாருக்கும் இல்ல அது காலனியில்ல எப்பவும் இல்ல மயக் காலம்ன்னா யாருன்னா ஒருத்தன் ஊருல்ல சாவான்ங்கிறது முன்னமே தெரிஞ்சது தானே அப்படின்னு கம்முன்னு இருந்துச்சிங்க மறுநா செத்தவன் பொஞ் சாதிக்கு பேதியாயி சாவ பொயக்க ஆயி ஊருல்லேயே பியாத்தா கெயுவிப் புண்ணியத்துல்ல காப்பாத்தியாச்சு அப்பத்தான் அவளும் சொன்னா அவ ஊட்டுக்காரனும் பேதியில்லத்தான் செத்தான்னு... அவன் செத்த முன் நாள் ராவு பங்காரு வலக்கட்டயும் நத்தையும் துண்ணுக்குறான்.

“பங்கார வலக்கட்டயும் நத்தையையும் இன்னிக்கு நேத்திக்கா துண்றோம் எனக்கு நெனவு தெரிஞ்ச நாள்லர்ந்து துண்றோம் அப்ப வராத வாந்தி பேதி சாவு இன்னிக்கு நந்தகோபாலுக்கு வந்துடுச்சா இன்னிக்கு வேணும்ன்னா நத்த வறுமைக்கு துண்ணலாம். எங்க காலத்துல்ல வொறும் நத்தய உப்புப்போட்டு அவுச்சி கொட்டாங்கச்சியில்ல போட்டுக்குடுத்துட்டாங்கன்னா வளாட்டா(விளையாட்டாக) துண்ணுட்டு தூங்கிடுவோம் வயித்துல்ல துளி அழுக்குத் தேங்காது..சலசலன்னு ரத்தம் ஊத்துற மூல வியாதிக்காரனுக்கு பன்னிக்கறிக்கூட அப்பிடியாக்கொந்த சகாயம் பண்ணாது நத்தப்பண்ணும் சும்மா ஏழு நாளிக்கி பச்ச நத்தக்கறிய வொறும் வயித்துல்ல வாயில்லப்போட்டு முயுங்கு எப்படியாக்கொந்த மருந்துடி நத்த அது மனசால்ல சாவடிக்குமா”

பியாத்தாக்கெயவி நத்தயப்பத்தி பேசிக்கொண்டேயிருந்தாள்

ஒருமொற காலனியிலயிருக்குற வனஜாக்கிட்ட வெள்ளாயச்சி ஒருத்தி

“எப்படி நீங்க நத்தய துண்றீங்க அது ஊருப்பட்ட பீக்கொல்லயில்ல பீ மேலன்னு ஊர்ந்துக்குன்னு வர்து”ன்னு ஒடம்பு கூசினாள் அதுக்கு வனஜா

“நீங்க மட்டும் மீனு துண்றீங்கல்ல அது இன்னா துண்ணுது”

“ஏண்டி கடல் மீனுக்கு இன்னா”

“ம்ஹூம் கடல்ல கப்பல்ல போறாங்கல்ல அவங்க இன்னா பேண்டுட்டு காயிதத்துல்ல மடிச்சு வச்சுக்குறாங்கல்லா அவங்க பேலற மொத்த பீயும் கடல்லத்தான் கலக்குது அதுமட்டுமா.. பட்டணத்துல்ல பேலறவங்க பீ மொத்தமும் கடல்லத்தான் வந்துக்கலக்குது கப்பல்ல போறவங்க செத்துடாக்க கடல்லேயே போட்டுடனும் தெரியுமா அயுவுற அந்தப்பொணத்த மொத்தத்தையும் எது துண்ணுது நீங்க துண்ணுறீங்களே அந்த மீனுத்தான் துண்ணுது”

“ஏய் கடலு எவ்வளவுப்பெரிசு அதுல்ல எவ்வளவு கலக்குன்னாலும் பெருங்காயம் மாதிரிடீ”

“சரி அப்ப அத உடு நீங்க கோயி துண்றீங்கல்லே அது இன்னா கொல்லயில்ல இருக்குற பீய மோந்துப்பாத்துட்டு போயுடுதா. லத்த லத்தயா முயுங்கல்ல எங்க நத்தையாவது பீமேல ஏறும் எறங்கும் பட்டாக்கூட ஓட்டுமேலத்தான்படும்”

“எம்மா எம்மா உங்களாண்ட வாயிக்குடுக்க முடியிலியேடி நீங்க பட்டணம்ங்குறீங்க கப்பல்லுன்னுறீங்க”ன்னு வெள்ளாச்சி பேச்சை மாத்தினாள்.

“ஏங் எங்களுக்குன்னா பட்டணம் தெரியாதா இன்னா அண்ணா சமாதி போவுலீயா செத்த காலேஜூக்கு போவலையா பட்டணத்துல்லயிருக்குற கொட்டாயில்ல படம் பாக்குல்லீயா “

“பட்டணத்துல்ல நீங்க படம் பாத்துக்குறீங்கல்லா”

“ஏங் நீங்க பட்டணம் போறீங்கல்ல... படம் பாக்காமயா வருவீங்க.”

“பின்னே படம் பாக்காமயா வருவோம்.”

“ஏங் பாப்பா அங்கேயாவது வார்பிச்சர்லர்ந்து முடிவு வரிக்கும் படம் பாப்பிங்கள்ளா இல்ல அங்கேயும் படம் முடியுறதுக்குள்ளே எயுந்து ஓடிடுவீங்களா.” வனஜா பட்டென்று கேட்டுவிட்டாள் வெள்ளாச்சிக்கு மூஞ்சி சின்னதாயிடுச்சி

எங்களுக்கு மூணு மைலுக்கு தள்ளி இருந்துச்சி. கிஷ்ணா திரையரங்கம் அதே ஊர்லயிருக்குற செட்டியார்தான் அதுக்கு ஓனரு பெரிய விவசாயியும் கூட சுத்துவட்டாரத்துல்லேயே மொத டிராக்டர் வாங்கி விவசாயம் பாத்தவரு சவுக்கு தோப்பு..முந்திரி தோப்பு..ரைஸ்மில்லு..மரத்தொட்டின்னு ஏகப்பட்ட சொத்து நூறு ரூபா நோட்டு வெளியே தெரியுறமாதிரி ஜோப்பி வச்ச சல்லத்துணியில்ல ஜிப்பா போடுவாரு நடு பஜார்ல்ல நின்னு வேஷ்டிய அவுத்து அவுத்து பத்து தடவயாது இயுத்து இயுத்துக்கட்டுவாரு அவரு வேஷ்டிக்கட்டுறப்ப கொம்புக்கயிறாட்டம் ரெட்டைப்பட்ட வெள்ளி அண்ணாக்கயித்த பாக்காம எவனும் இருக்கமுடியாது. அதுக்காவே அவுத்துக்கட்டுறாங்குற மாதிரியே ஜனங்க பேசிப்பாங்க பொம்பள சோக்காளி. அவர எல்லாரும் செட்டியார்ன்னு கூப்பிடுவாங்களேயொழிய இன்னவரீக்கும் அவருக்கு இன்னாப்பேருன்னு பேருவச்சவங்களுக்கும் அவரு உத்தா உறவினரத்தவிர யாருக்கும் தெரியாது அவர் சோக்காளி நடவடிக்கயப்பாத்து சினிமாக்கொட்டாயிக்கு வந்தவனுங்க ஜெமினிக்கணேசன்னு பேர வச்சுட்டாங்க. சுத்துவட்டாரத்துல்ல ஜெமினி யாருன்னு கேட்டா செட்டியார்னு ஆம்பள பொம்பள கொயந்தக்குட்டி எல்லாருக்கும் தெரியும் இந்தப்பேரு அவரு கொட்டாயில்ல மாங்குடி மைனரு படம் போடுறவர்றீக்கும் இருந்துச்சி. அந்தப் படம் போட்ட பொறவு வாலிபமான பசங்க மாங்குடி மைனருன்னு கூப்பிட ஆரம்பிச்சானுங்க அவரு எதுக்கூப்பிட்டாலும் சம்மதம்ன்னு சொல்லிட்டாரு அந்த சமயத்துல்ல அவரு புது புல்லட்டு ஒண்ணு வாங்கியிருந்தாரு அந்த புல்லட்டு முன் வீல் மட்காட்ல்ல சிங்கம் ஒண்ணு நின்னுக்குன்னு கர்ஜிக்கிற மாதிரி இருக்கும் அவரு புல்லட்ட எங்கேயாவது நிறுத்திட்டு பேசறப்ப அந்த சிங்கத்த பாக்கறதுக்கு பத்துப்பேராவது கூடுவாங்க

புல்லட்டுல்ல டட்..டட்..டட்ன்னு காலனிக்குள்ள வரும்போது காலனியிலருக்கும் பசங்கல்லாம் அவரு புல்லட்ட தொரத்தும் அவரு சைனா சில்க் சட்ட முன் பட்டன தெறந்து உட்டுக்குன்னு மாரு தெரியறமாதிரி வந்து நிப்பாரு. ஜனங்க அவரப் பாத்து ஜெமினி அடுத்தவாரம் இன்னாப்படம்..அதுக்கு அடுத்தவாரம் இன்னாப்படம்ன்னு புடுங்கி எடுக்கும் அவருக்கு ஜாலியாயிருக்கும் செட்டியார யாரு எங்கப்பாத்தாலும் வணக்கம் சொல்லாமயும் நாலு வார்த்த பேசாமயும் போவமாட்டங்க அவரும் எல்லா ஜாதி ஆளுக்கிட்டேயும் சகஜமாப்பேசுவாரு செட்டியாருக்கு இந்த அறிமுகம் பேரு செல்வாக்கு அந்த கொட்டாயில்லத்தான் உருவாச்சு. செட்டியார் அடிக்கடி எல்லாருக்கிட்டேயும் இத சொல்லுவாரு

“நான் ரைஸ்மில் வச்சேன்..டிராக்டர் வாங்குனேன்..மரத்தொட்டி வச்சேன் அப்போல்லாம் வராதப்பேரு ஒரு சினிமா கொட்டாய் கட்டுனேன் தேசம் பூரா தெரிஞ்சிட்டேன் நல்ல நாளுல்ல புதுப்படம் போடும்போது அதுவும் ரஜினி எம்.ஜி.ஆர் படமாயிருந்தா எல்லா நாளயும் உட கூட்டம் முட்டி மோதும்”

ஜனங்க வண்டி வண்டியா வந்து எறங்கும் எல்லா ஊருக்காரனும் ஜாதிக்காரனும் இருப்பான். பெரிய ஊர் சின்ன ஊர் மேலூர் கீழூர்ன்னு இந்த ஊர் பொம்பளய அந்த ஊர்க்காரன் பாக்குறதும் அந்த ஊர் வாலிபமான பசங்கல்ல இந்த ஊர்க்காரன் சீண்டறதும்ன்னு எப்பன்னாலும் சண்ட வரலாங்குறமாதிரியே கொட்டாய் மண்ணென்னய ஊத்திக்குன்னு வத்திப்பொட்டி பக்கத்துல்ல நின்னுயிருக்குற மாதிரியே இருக்கும்... டிக்கெட் கிழிக்கிறவன்..சமோசா சுக்கு காபி விக்குறவன்..சைக்கிள் ஸ்டாண்ட் பாக்குறவன் மனசுல்ல எங்கியாவது ஒரு மூலையில்ல கதுக்கதுக்குன்னு ஒச்சிக்கின்னேயிருக்கும் ஒருத்தனையும் ஓரமா நில்லு வரிசயில்லவா அப்படிப்போவாத... இப்படிப்போவாதன்னெல்லாம் சொல்லவே முடியாது அதுவும் கீழூருக்காரன் கொஞ்சமாவது கொஞ்சம் கேட்டுப்பான். மேலூருக்குரான் ம்ஹூம் டிக்கெட் கிழிக்குறவன் கீழுருக்காரனாயிருந்து கொஞ்சம் பராக்கு பாத்தோம் மேலூர்க்காரன் டிக்கெட் இல்லாமயே உள்ள நொழஞ்சிடுவான் செட்டியார் இதுக்கெல்லாம் அசரவேமாட்டார். நல்லா குளிச்சிட்டு நெத்தி நொறய தின்னூருப்பூசிக்குன்னு சந்தனம் குங்கும பொட்டு வச்சுக்குன்னு வெள்ளையும் சொள்ளையும்மா டிக்கெட் கிழிக்குற எடத்துல்ல வந்து நின்னுப்பாரு. டிக்கெட் கிழிச்சுக்குன்னு உள்ளேப்போற எல்லா ஜனங்களையும் பாத்து கையெடுத்து கும்பிட்டு உள்ளே வரச்சொல்லுவாரு. ஜாலியா படம் பாருங்கன்னு சொல்லுவாரு. அவரு கையெடுத்து கும்புடும்போது காலனிப்பொம்பளைங்க எதுக்கு செட்டியார எங்களப்பாத்து கும்பிடுறன்னு கூச்சப்படுங்க

செட்டியார் எதையும் காதுல்ல போட்டுக்காம கைய ஏத்தி ஏத்தி எறக்குவாரு

செட்டியாரவிட நெலம் புலம்ன்னு வச்சுக்குன்னு பெரிய பெரிய வெள்ளாயன் ரெட்டி நாயுடுன்னு ஊரச்சுத்தி இருந்தாங்க அவங்களுக்கு சினிமாக்கொட்டாய் சம்சாரிங்க செய்யுறத்தொழிலு இல்லனு நெனச்சாங்க ஊர் ஊரா ரைஸ்மில்லு கட்டுனாங்க ரைஸ்மில்லு ஒவ்வொண்ணும் சினிமாக்கொட்டாய விட பெரிசு பெரிசா இருந்துச்சு நல்லப்படம் போடுறப்ப ஊர்த்தெருவுக்காராங்க குடும்பத்தோட வந்து படம் பாக்க வருவாங்க செட்டியார் திங்க கெயம திங்க கெயம படம் மாத்துவாரு. படத்த பொறுக்கி எடுத்தாந்துத்தான் போடுவாரு அல்ப்ப சுலப்ப படமெல்லாம் செட்டியார் கொட்டாயில்ல பாக்கமுடியாது. அவருப்போட்ட ஒவ்வொண்ணும் மணிமணியாயிருக்கும் ஒரு சிலப் படத்துக்கதய செட்டியாரே மையில்ல சுருக்கமா எய்தி போஸ்டர் ஒட்டுறப்பப பக்கத்துல்ல ஒட்டிருவாரு அத்தப்படிச்சுட்டு வேற பாதி ஜனம் அலமோதும்.

ஊர்த்தெரு ஆளுங்கஊட்டுபொம்பளைங்கல்லவாரகட்சியலத்தான் படம் பாக்க கொட்டாயிக்கு கூட்டிக்கின்னு வருவாங்க அப்பத்தான் சுத்திக்கிற ஊர்லயிருக்குறவன் முக்காவாசிப்பேரு படம் பாத்து முடிச்சிருப்பான் குறிப்பா காலனிக்காரன் கொறஞ்சியிருப்பான்..அது இன்னாக்கதயாயிருந்தாலும் காலனிக்காரன் மொத ஆட்டத்துக்கு வண்டியக்கட்டிக்குன்னு குடும்பத்த கூட்டிக்குன்னு வந்துடுவான். மொத ஆட்டத்துக்கு எடமில்லன்னா பட்டினியாயிருந்து சுக்குக்காபி பொற பண்ணு துண்ணுட்டு ரெண்டாவது ஆட்டம் இருந்து பாத்துட்டுத்தான் போவான். அதேமாதிரி இன்னாக்கத ஏதுக்கதன்னு தெரியாம ஊர்த் தெருக்காரங்க படம் பாக்க வரமாட்டங்க. ஒரு தபைக்கு நாலுதப கதய விசாரிச்சுக்குன்னுத் தான் வருவாங்க ஊர்த்தெருவுல்லயிருக்குற ஒரு சிலருக்கு செட்டியார் டெலி போன்னுலேயே கதச்சொல்லுவாரு

காலனியாளுங்க படத்துப்பாத்துட்டு அத்தோட உடாதுங்க அந்த படம் மாத்துறவர்றீக்கும் நடுவுல்ல அறுப்புல்ல கோயிலாண்ட கடையாண்ட.. பேலப்போன எடத்துல்லன்னு ராவும் பகலுமா அந்த வாரம் மூச்சிலியும் சலிக்காம பேசுங்க இதுங்க ஒரு கதயப்பாத்துட்டு அந்தக்கதமேல ஒரு புதுக்கதய இதுங்கல்லே கட்டி அது இன்னொருக்கதய ஆக்கி பேசி பேசி பாக்க வேணாம்ன்னு இருக்குறவனையும் பாக்க வச்சிருங்க.யாரெல்லாம் படம் பாத்தாங்களோ அவங்ககிட்டே பொட்டலம் மடிச்சுக்குடுத்துக்குன்னே கதயக்கேப்பாரே ஒழிய ஆறுமுக அண்ணாச்சி படாருன்னு கடய சாத்திட்டு ஒரு நாள் சினிமாவுக்கு போனதுக்கெடயாது இவர எந்தக்கதயும் ஆட்டாது

அசைக்காது அது பாசமலராவுட்டும் துலாபாரமாவுட்டும் நாம சினிமாவப்பாக்குறம்மா நம்மல சினிமா பாக்குதான்னுவாரு

புதுப்படம் போட்ட அன்னிக்கி காலயிலர்ந்தே காலனியிலருக்குற ஒவ்வொருத் தருக்கும் மனசு ஒருக்காலாவேயிருக்காது முன்னியும் பின்னியும்மா ஒச்சுக்கும் யார மாடு கேக்குறது யார வண்டிக்கேக்குறதுன்னு கொழப்பமா அலைவான்... காலனியில்ல ஒருத்தங்கிட்ட வண்டி அம்சமாயிருக்கும் ஆனா மாடு தொலாக்கை போவாது. தவல தவல குண்டடங்கலாயிருக்கும். மாடு தெடமாயிருக்கும் வண்டி உளுத்துக் கொட்டுறமாதிரி இருக்கும் வாலிபமான பசங்க இதப்பத்தியெல்லாம் கவலப்படறதேயில்ல முடிவுப்பண்ணிட்டானுங்கன்னா ராவு சோத்த துண்ணுட்டு காவா மது மேல வந்து உக்காந்துப்பானுங்க ஊரு எப்படா அடங்குன்னு காத்துக்குன்னுயிருப்பானுங்க.

ராவு ஒன்பதுக்கெல்லாம் ஜனங்க பொட்டி பாம்பாட்டம் அடங்கிடும்... இன்னா ரேடியா இருக்குற ஊட்டுல்ல மட்டும் ராத்திரி நாடகம் கேட்டுத்தான் தூங்குவாங்க அவன் ஊட்டு வாசல்ல நாலு ஆம்பள்ள பொம்பள்ள தூங்காம நாடகம் கேட்டுக்குன்னு இருக்குங்க. காலனியில்ல எல்லார் ஊட்டு வண்டியும் தெருவுல்லத்தான் நிக்கும் ரெண்டுப்பேரு வண்டி நொகத்தடிய கையிலேயே புடிச்சி இயித்துக்குன்னு தொலாவாப்போயி கயினியில்ல நிறுத்துவான் இன்னும் ரெண்டுப்பேரு எவென் ஊட்டு கட்டுத்தடியில்லப்போயி ஏதாவது ஒரு ஜதையில்ல ஒரு மாடுன்னு ரெண்டு ஜதையில்ல ரெண்டு மாட்ட தனித்தனியா அவுத்து ஓட்டிக்குன்னு வந்துடுவானுங்க. அவ்வளவுத்தான் வண்டிங்க சும்மா கயினி தடத்துல்ல குதரமாதிரி பறக்கும் நிலா வெளிச்சத்துல்ல மாடுங்க எறப்பு வாங்க வாங்க சாணிய தள்ளிக்குன்னு சூத்த அசைக்கிக்கின்னு அசைக்கிக்கின்னு ஓடும் கொட்டாயில்லப்போடுறப் பாட்டு எண்ணிக்க வச்சு டிக்கெட் குடுக்குறாங்கன்னு தெரிஞ்சா மாட்டு வால நறநறன்னு கடிப்பான் படம் பாத்துட்டு திரும்பி வந்து எடுத்தப்பொருள எடுத்த எடத்துல்ல வச்சுட்டு ஒண்ணுந்தெரியாதவன் மாதிரி அவன் அவன் ஊட்டுக்குப்போயிடுவான்.

காலனியில்ல சினிமா பாக்குறது திருவியாமாதிரின்னா ஊர்த்தெருவில்ல அது ரகசியமா நடக்கும்

ஊர்த்தெரு ஆம்பளங்க பொம்பளைங்கல்ல சினிமாவுக்கு கூட்டிக்குன்னு வந்தாங்கான்னா எப்பியுமே ரெண்டாவது ஆட்டத்துக்குத்தான் வருவாங்க மொத ஆட்டத்துக்கு வந்து திரும்புறப்ப. கொட்டாயி வாசல்ல ரெண்டாவது ஆட்டத்து ஜனங்க கண்ணுல்ல ஊட்டுப்பொம்பளைங்க படக்கூடாதுங்குறது அவங்க எண்ணம். ரெண்டாவது ஆட்டம் பத்து மணிக்குத்தான்னாக்கூட ஏழு மணிக்கே

வண்டியக்கட்டிக்குன்னு வந்து கொட்டாயிப்பக்கத்துல்லயிருக்குற ஊர்த்தெரு ஆளுங்க ஊட்டுல வந்து உக்காந்துப்பாங்க மொத ஆட்டம் முடிஞ்சி ரெண்டாவது ஆட்டம் தொடங்கறதுக்கு மூணு முருகன் பாட்டுப்போடுவாரு செட்டியார்

"முருகனை கும்பிட்டு முறையிட்டப்பேருக்கு முற்றிலும் பிணித்தீருமே."

இந்தப்பாட்டு போட்டா எல்லாம் டிக்கெட் கொடுக்குற எடத்துல்ல வந்து நின்னுப்பான்.

"உள்ளம் உருகுதய்யா முருகா"

ரெண்டாவதுப்பாட்டு இந்தப்பாட்டு முடிஞ்சவுடனே டிக்கெட் கொடுக்க ஆரம்பிச்சுடுவாங்க.

"உன்னைச்சொல்லாத நாளில்லை சுடர்மிகு வடிவேலா."

பாட்டுக்கு டிக்கெட் கிழிக்க ஆரம்பிச்சுடுவாங்க. இந்த மூணாவது பாட்ட கேட்டா கொட்டாய் கிட்டக்கை ஊருல்ல இருக்குற காலனியாளுங்க துண்ணதும் துண்ணாதும்மா துணிய தூக்கி சொருவிக்கின்னு கொட்டாயப்பாத்த மாதிரி ஆம்பிளயும் பொம்பளயும் ஓடியாறும். கயனிமேல அதுங்க ஓடியாறத புதுசாப்பாக்குறவனுக்கு எங்கேயாவது கயினியில்ல வக்காபோரு எதுன்னா பத்திக்கிச்சா எதுக்கு இந்த ஜனங்க இப்படி ஓடுதுன்னு நெனப்பான் மூணாவதுப்பாட்டு போடறப்ப கொட்டாயாண்ட நிக்குறவனுக்கு படம் போட ப்போற சந்தோசம் எப்படியிருக்கும்ண்ணா பெருமாள் கோயில்ல தளு (சர்க்கரைப் பொங்கல்) கெடச்சமாதிரி அவன் மூஞ்சி பூரிப்பு அடஞ்சியிருக்கும்.

வெளிய பாட்டு முடிஞ்சி உள்ள பாட்டுப்போடுவான் "தொடாதே சிட்டுப்போல பெண்ணுயிருந்தா"ன்னு குமுதம் படத்துல ஒருபாட்டு எப்பயும்மே போடறது. அத போட்டா தெரயாண்டப்போயி நின்னுக்குன்னு இஷ்டத்துக்கும் பாட்டு முடியுறவரிக்கும் ஆடிக்குன்னு கெடப்பான் அடுத்த அடுத்த பாட்டுப் போயிக்குன்னுயிருக்குறப்ப சிலைடுபோட ஆரம்பிச்சுடுவான் இப்ப தரையில்ல எவனும் உக்காரமாட்டான். எல்லோரும் எயுந்து எயுந்து ஒளியில்ல கையக்காட்டுவான். எல்லோர் கையும் தெரயில்ல தெரியும் திடீர்னு ஒருத்தன் கொயந்தய தூக்கிக்காட்டுவான் இன்னொருத்தன் அஞ்சு வெரலக்காட்டுவான் விசிலுப் பறக்கும். பதிலுக்கு இன்னொருத்தன் ரெண்டு வெரலக்காட்டுவான் இன்னும் விசிலுப்பறக்கும் இந்த கும்மாளத்துக்கு நடுவுல்ல பெஞ்சு சீட்டுல்ல ஊர்த்தெரு ஆளுங்களுக்கு எடம் புடிச்சிட்டுப்போவான் வண்டிக்காரன் வார்பிச்சர்போட்டு படம் பேர் போட்டு மொதக்கட்டம் தொவங்கும்

கொட்டாயிக்குள்ளே ஊர்த்தெருப்பொம்பளைங்க சத்தமில்லாம.. நொழஞ்சி சீட்டுல்ல உக்காரும்போது பெஞ்சு சீட்டு ஓரம் தரையில்ல உக்காந்துணுக்குறவன் மூக்குல்ல மஞ்சா வாசனையும் மல்லிப்பூ வாசனையும் பெசஞ்சுக்குன்னு இனிப்புண்ட வாசன மூக்குல்ல ஏறும் லக்ஸ் சோப்பும்..ரெக்சானோ சோப்பும் பாண்ட்ஸ் பவுடரும் தொத்தும் அதுவரீக்கும் போடாத பெஞ்ச் பேன அப்பத்தான் போடுவாங்க அது ஆந்த தலையாட்றமாதிரி ஆட்டும் திரும்பிப்பாப்பான் மூஞ்சி சரியாத்தெரியாது. மூக்குத்தியும் கம்மலும் ஜிமிக்கியும் மின்னும் எப்படா மொத எடைவேள வரும் வரும்ன்னு காத்துக்குன்னு யிருப்பானுங்க

மொத எடவேள உட்டதுதான் தாமசம் மொத்த தர டிக்கெட் தலையும் பெஞ்ச் பக்கம் திரும்பும் தூரத்துலர்ந்து பாப்பான்கிட்டபோயிப்பாப்பான். இருட்டுல்ல நெலயா நின்னு பாப்பான் மண்ணுல்ல படுத்துக்குன்னு பாப்பான் ஏதோ தேர்பவனி வந்தமாதிரியிருக்கும் ஆம்பளத்தான் பாக்குறாண்டான்னா பொம்பளைங்க அதைவிட அதிசயமா பாத்து பெரு மூச்சு விடுங்க தரையில்லயிருக்குற பொம்பளைங்க. அவங்க மாட்டிக்கின்னுயிருக்குற மூக்குத்தி கம்மலு ஜிமிக்கி கயித்து சயினு வளயலுன்னும் கட்டிக்குன்னுயிருக்குற பொடவன்னு ஒண்ணுக்கு பத்து தடவ ஏற எறங்க பாத்து பாத்து கண்ணு பூத்துபுடுங்க மொனமூக்குல்ல மூக்குத்தி இல்லாதவளுக்கு இது அதிசயமாயிருக்காதா. நாலு தடவ ரீல் மாத்துறப்ப லைட் போடும்போது இதேமாதிரி நாலுதடவையும் சலிக்காம பாக்குங்க

சினிமா கொட்டாயிக்கு வெளியே ஊர்த்தெரு வண்டி எருதுங்க ஒயர ஒயரமா நிக்கும் ஒவ்வொன்னும் அஞ்சடி ஆறடி. அவங்க ஆளுங்களுக்குள்ளேயே போட்டி போட்டுக்குன்னு சந்தவேலூர் மல்லம்ன்னு ஒட்டிக்குன்னுவந்த கீழக்கித்தியான் மாடுங்க நாலுக்காலுலேயும் மயில இருக்கும்...தப்பா ஒரு சுயி(சுழி) அமைஞ் சியிருக்காது ஜாதகம் பாத்துட்டுப்போய் வாங்குன்ன மாடுங்க. இந்த எருதுங்க பக்கத்துல்ல காலனியாளுங்க குண்டைங்கல்ல எடுத்தாந்து நிறுத்துன்னா கண்ணுக்குட்டி மாதிரியிருக்கும். இந்த எருதுங்க பின்னாங்காலுங்க ரெண்டும் பாக்குறவனுக்கு அவன் வெரக்கொட்டத்தான் ஞாவத்துக்கு வரும் உண்டிக்கோல இயித்து வச்சிக்கின்னுயிருக்குற மாதிரியிருக்கும் அதுங்க பின்னக்காலுங்க. நம்ம குண்டைங்கல்ல பின்னங்கால்ல ஒச்சுதுன்னு வச்சிக்க நாய்குட்டி ஒதவாங்கிக்கின்னு ஓடி உயரமாதிரி தொலவாப்போய் மூச்சுப்பேச்சில்லாம கெடக்கும்..இந்த எருதுங்க போடுற ஒரு நெல சாணிய ரெண்டுக்கையால்ல வாரமுடியாது. மொறம்போடும் நாலு தடவையவது அள்ளணும். யானப் போடுறமாதிரியிருக்கும். வண்டிங்களும் அதுக்கேத்தமாதிரி பெரிய பெரிய சக்கரமாயிருக்கும் காலனி வண்டிமாதிரி பின்பார புடிச்சிக்குன்னு ஒரே மூச்சுல்ல எகிறி

உக்கார முடியாது சக்கரத்து கெளையில்ல கால் வச்சு ஏறணும் வண்டி வண்ணம் அடிச்சி பூவெல்லாம் வரஞ்சி ஜோடனயாயிருக்கும்.

நாலாவது எடவேள உட்டு படம் முடிய பத்து நிமிசம் முன்னால்ல மொத்த பொம்பளைங்களையும் கௌப்பி கூட்டிக்கின்னு போயிடுவாங்க அவங்க ஆம்பளைங்க படம் முடிஞ்சு திரும்பி பாத்தா ஒரு பொம்பள பெஞ்சு சீட்டுல்ல இருந்தத இதுவரீக்கும் ஒரு தர டிக்கெட்காரன் பாத்ததுக்கெடயாது நீ வண்டிய எவ்வளவு தொரத்துனாலும் அவங்க வண்டிய புடிக்க முடியாது.

சினிமாவுக்கு போவுற ராவு அன்னிக்கு மாட்டு கயுத்துல்லயிருக்குற பட்ட சலங்க நெத்தி சலங்க கொம்புல்லயிருக்குற கொப்புன்னு எல்லாத்தையும் அவுத்துடுவாங்க வண்டிபோற வழிநெடுவ சவுக்கு தோப்பாயிருக்கும் பகல்ல இந்த சவுக்குத்தோப்புக்குள்ள நொழஞ்சா வெயில்லே உள்ள உயாது நெயலா குளுகுளுன்னுயிருக்கும் ராவு அப்போ எப்படியிருக்கும் பக்கத்துல்ல வந்து நிக்குற ஆளுத்தெரியாது. படம்பாத்துட்டு ஊட்டுக்குப்போறப்ப வயில்ல ஆத்துர அவசரத்துக்கு கூட வண்டியத்தான் வெசியா ஓட்டுவானேத்தவிர நின்னு வழியில்ல பொம்பளைங்கல்ல ஒண்ணுக்கு பேய உடமாட்டானுங்க இன்னும் சொல்லப்போனா மாட்ட அதட்டிக்கூட ஓட்டமாட்டானுங்க யாருக்கும் கேக்க கூடாதுன்னு வாள கடிச்சு சூத்துல்ல கால உட்டு ஓட்டுவாங்க.

சவுக்கு தோப்புக்குள்ள வண்டி நொழஞ்சதும்மே மண்ணு பாட்டயில்ல வண்டி அரைக்கின்னு அரைக்கின்னு போவும். தோப்பு தாண்டுற வர ஒருப்பொம்பள பேசமாட்டா இரும்பமாட்டா வளைய சத்தம் கேக்காது கத எப்பேர்கொந்த சிரிப்புக்கதயா இருந்தாலும் வீட்டாண்ட வந்து சிரிப்பாங்களேயொழிய வழியில்ல சிரிச்சிக்காதுங்க ஆனா இன்னவர்றீக்கும் இவங்க பயந்தமாதிரி இதுவர ஒரு மொறக்கூட தோப்புல்ல வண்டி மடக்குனதா யாரும் அதட்டனதா பயங்காட்டுனதா ஒரு புகார் வந்ததுக்கெடயாது

“வார்பிச்சர் உட்டாக்கூட எனக்கு படம் பாக்கப்புடிக்காது. மொதலும் தெரியாம முடிவும் தெரியாம படம் பாக்குறது எதுக்கு அப்படியாக்கொந்த படத்த பாத்தாத்தான்னா.. பாக்காட்டின்னன்னா. ஊட்டுலேயே அமுக்கி வச்சுக்குன்னு இருக்க வேண்டியதுதானே உங்க ஊட்டு ஆம்பளைங்க”ன்னு வனஜா சொன்னபோது வெள்ளாச்சி பொம்பளையா வனஜா பக்கம் நெருங்குன்னா ஆனா நொய் ஜலிக்குற வேல பின்னால்ல தேங்குறப்ப ஏய் வேலயப்பார்றீன்னு ஆண்டையம்மா கை ஆம்பளக்கணக்கா காலனிப்பொம்பள கொண்டய கொத்தா ஜவுரிக்குச்சு..ஊர்த்தெரு ஆம்பளங்க முன்னால்ல காலனி ஆம்பளங்க பொம்பள கணக்குத்தான் அப்ப பொம்பள கதி இன்னான்னு பாருன்னு சிவலிங்க அண்ணன் சொன்னார்

5

சிவலிங்க அண்ணன் காலனி ஜனங்கல்ல திண்ணமேல உக்காரவச்சு கலகம்ன்னா இன்னா ஒத்துமன்னா இன்னா இத நாம எப்படி எப்படியெல்லாம் செய்யனும்னு பேசுவாரு. அப்போ நம்மல்ல யாரு ஏத்துப்பாங்க..யாரு நிகாரிப்பாங்க..யாரு எதிர்ப்பாங்க..எதுக்குறவங்களுக்கு எப்படி பதிலு குடுக்குறது.. நிகாரிக்குறவங்களுக்கு எப்படி புரியவைக்குறது..ஏத்துக்குறவங்கல்ல எப்படி இறுக்கிக்கிறதுன்னு சொல்ல சொல்ல இதுவரீக்கும் அறியாதப்பேச்சா இப்படியல்லாமா நமக்கு நடக்குதுன்னு அதிசயமா ஜனங்க அதன் உள்ளோட்டத்த அறிஞ்சிக்கிச்சிங்க புத்தர் இத எல்லாத்தையும் கேட்டுக்குன்னான். அவனுக்கு தெரிஞ் சவங்கக்கிட்டே பேசிக்குன்னு திரிஞ்சான் அவன் மட்டுமுல்ல.. திண்ணமேல உக்காந்தவன் பாதிப்பேரு இதையே செஞ்சான் பஜனக்கோவில்காரங்க சிவலிங்கம் அவர் ஊட்டுத் திண்ணையில்ல அம்பேத்கர் கூட்டம் போடக்கூடாதுன்னு ஊர் நிர்வாகத்த தூண்டிவிட்டாங்க கிராம நிர்வாகம் அது இன்னாது ஏதுன்னு யோசிக்காம சிவலிங்கம் ஊர் கலகம் பண்றாரு.. ஊர் கட்டு திட்டத்துக்கு உடன்பட மாட்டுறாரு. வாய்க்கு வந்ததப்பேசி காலனி மக்களையும் அதேமாதிரி பேச தூண்டுறாரு ஊர்த்தெரு பெரிய மனசனங்கல்ல அவங்க செய்த நன்றிய மறந்து எடுத்து எறிஞ்சு பேசவைக்குறாருன்னு அவருக்கு கட்டுத்திட்டம் போட்டாங்க. சிவலிங்க அண்ணன் சொன்ன பதிலு இப்பேர்ப்பட்ட கலவரமா மாறிச்சு சிவலிங்க அண்ணன் ரொம்ப பேசமாட்டாரு. ஆனா சுருக்குன்னுப் பேசுவாரு. எதிரிக்கு நாக்குல்ல தச்சிக்கும் ஆனா புத்தர் இத்த எடுத்துக்குன்னு ஊரெல்லாம் பேசுன்னா அது ஒண்ணத்தட்டி ஒண்ணத்தட்டி சிவலிங்க அண்ணன் ஊட்டு வாசல்ல வந்து சூய்ந்துக்குச்சு

காலனியில்ல தண்டோராப்போட்டாங்க. சிவலிங்க ஊட்டுல்ல "யாரும் நீர் நெருப்பு வாங்கக்கூடாது கொடுக்கக்கூடாது பேச்சு வச்சுக்கக் கூடாது.. பங்காளி மாமன் மச்சான் சாவுவாவுக்குப் போவக்கூடாது தீட்டுத்தண்ணி தெளிச்சுக்கக்கூடாது மீசவயிக்கக்கூடாது அப்படி எடுக்குறாதாயிருந்தா அவனவன் ஊட்டுவாசல்லியே காரியத்த செஞ்சுக்கணும்"

சிவலிங்க அண்ணன் இதுக்கெல்லாம் அசரல்ல அவரு இந்தமாதிரி எத்தினியோ கட்டுப்பாட்டுக்கல்ல பாத்துட்டு வந்தவரு. போலீஸ்காரன்

தெருவுல்லப்போட்டு மெறிமெறின்னு மெறிச்சுக்குறான் ஊர்தெரு ஆளுங்க வெளியூர் காலனியாளுங்கல்ல வச்சி வயி மடக்கி அடிச்சி சட்டயக்கியிச்சி தெரு தெருவா தெத்திக்கிறானுங்க.. அப்பக்கூட அவரு சொந்த ஜனங்கள அறியாமயா செய்துன்னு சொன்னாரேயொழிய ஒரு வார்த்த பல்லுலப்படறமாதிரி சொன்னதுக்கெடயாது. புத்தர்கிட்டே பேசுனத எய்தி டைப்பண்ணி ரோணியோ போட்டு ஊடு உடா கொடுத்தாரு. யாரும் பேசவேணாம் எங்கிட்ட இன்னா எய்திக்கீதுன்னு தயவு செஞ்சி படிங்கன்னாரு அவரு கொடுக்குறத கைநீட்டி வாங்க பயந்தாங்க. நடுராவுல்ல ஒவ்வொருத்தர் ஊட்டு திண்ணைலையும் ஊட்டுக்கூரையிலயும் சொருவி வச்சார் நைட்ஸ்கூல் நடத்துற ராகவேல் அண்ணன் காடா வெளக்கு வெளிச்சத்துல்ல எயுத்தக்கூட்டி மொதல்ல டியூசன் பசங்கல்ல படிக்கவச்சார் பின்னால்ல எல்லாரையும் படிக்கவச்சாரு அதுக்காக அவர எல்லமாத்தா கோயிலாண்ட கட்டிவச்சு புளிய வார்ல்ல தண்ணி ஊத்தி ஊத்தி அடிச்சாங்க வலித்தாங்காம அவமானம் பொறுக்காம அவர் ஊர உட்டு ஓடிட்டாரு

மொதலும் பாக்காம முடிவும் பாக்காம அப்படின்னா சினிமா பாக்குறீங்கன்னு கேட்ட கேள்வியும் அவங்க எங்கந்து வந்தாங்க நாம எங்கந்து வந்தோம் ஏங் நாம தனித்தனியா கும்பல் கும்பல்லா ஊர் தெரு காலனின்னு இருக்கிறோம்ன்னு சிவலிங்க அண்ணனைப் பார்த்து புத்தர் கேட்டான். புத்தர் கேட்ட கேள்வியும் அப்பவே எனக்கு ஒண்ணுன்னு பட்டுச்சி. தானி புள்ளைக்கு சிவலிங்க அண்ணன் புத்தருன்னு பேரு வச்சப்ப தானி வைக்கட்டமுன்னு சிவலிங்க அண்ணன் எதிர்க்காம சும்மாயிருந்ததுக்கு காரணம் இருந்துச்சி தெருவுல்ல வர்றது போறது யாருன்னு கண்ணு தெரியாம தின்னமேல உக்காந்துக்குன்னுயிருந்த தானி அப்பன காலால எட்டி உதைச்சு தள்ளுனான் கணக்குப்புள்ள தானி வாழ்க்கையில்ல எதிர்ப்புன்னு ஒண்ணு இருந்துச்சுன்னா அது, தன் புள்ளைக்கு வச்ச பேரு ஒண்ணுமட்டுந்தான் அதுக்கு முன்னாலயும் சரி பின்னாலயும் சரி அவரு ஊர் தெரு ஆளுங்கள எதிர்த்தது இல்ல.நிமிந்துக்கூடப்பாத்தது இல்ல. காலனியில்ல இருக்குற பலதரப்பேருல்ல புத்தருன்னுறப்பேர கருங்காலி மாதிரி பாத்தான் வெள்ளாயன்.

விநாயக அண்ணனோட கம்யூனிஸ்ட்காரங்க கிஷ்டன் டீக்கடயாண்ட காலனியாளுங்களுக்கு கொடுக்குற கண்ணாடி கிளாசுங்களல்லா தெருவுல்ல ஒடச்சு சண்டப்போட்டாங்க கூலிக்கு நெல்லுக்கு பதில் துட்டுக்குடு..நெல்லுல்ல கற்காவும் தூசும் தும்புமா இருக்குதுன்னு களத்துல்லேயே கொட்டி எறச்சாங்க திண்ணையில் கட்டி வச்சி அடிக்க கூடாதுன்னு எதிர்த்து நோட்டீஸ் போட்டாங்க ஆடிமாசத்துல்ல ஊர்த்தெரு ஆளுங்க மாரியாத்தாளுக்கு

ஊத்துரக் கஞ்சிய காலனியாளுங்க வாங்கக்கூடாதுன்னு சிவலிங்க அண்ணன் காலனிக்காரங்களுக்கிட்டே கட்டுப்பாட்டயும் மீறி கெஞ்சிக்கேட்டுக்கிட்டாரு. ஆனா காலனியில்ல கூவுவாங்காமா போறவங்கள நாளைக்கு கயனி வேலைக்கு ரைஸ்மில்லு வேலைக்கு கூப்பிடமாட்டான் அப்புறம் சோத்துக்கு சுன்னிய ஊம்மனும்ன்னு கிராமத்தாளுங்க சொல்லிவச்சாங்க. ஜனங்க கூவு ஊத்துறதுக்கு முன்னால்லயே சட்டிய குண்டான தூக்கி ஓடிப்போய் வரிசயா நின்னுச்சுங்க சிவலிங்க அண்ணன் போறவர்ற ஜனங்கல்ல வழியில்ல மடக்கி போவாதீங்க இது நமக்கு அவமானம்ன்னு கத்தி கத்திப்பாத்தாரு ஒருக்கட்டத்துல்ல கால்லக்கூட உய்ந்துப்பாத்தாரு அதப்பாத்து கொஞ்சம் பேரு திரும்பிப்போயிட்டான். கஞ்சிவாங்க வராதவங்கல்ல ஊர்த்தெருவுல்லயிருக்குற எல்லா வெள்ளாயனும் விரோதி மாதிரி மனசுல்ல வச்சுக்குன்னா எந்த வேல வெட்டிக்கும் இவங்கல்ல மட்டும் கூப்புடுல்ல பொம்பளைங்க சிவலிங்க அண்ணன்கிட்டே மொறயிட்டுச்சுங்க.. பஜனக்கோயிலுக்காரங்க இப்போ இவங்களுக்கு நியாயம் சொல்லுன்னு குசும்பு பண்ணாங்க சிவலிங்க அண்ணன் சொன்னாரு

“நீயாண்ட அவனாண்ட வேல வெட்டிக்கு போயி நிக்குற எத்தயாவது மடக்கி உயு கலப்பயில்லன்னா இன்னா கை வெரப்போடு தப்பும் தவறும்மா மொளக்கட்டும் குத்திக்காசி கஞ்சிக்குடி வைக்காவ மாட்டுக்குப்போடு”

“எத்தையாவது கோலுங்கிறீயே முன்சீப் கேக்கமாட்டான்னா போலீஸ் வராதா” தர்மன் கேட்டார்.

“இந்த நெலம் முன்சீப்புதும் இல்ல போலீசுதும் இல்ல”

“ஆனா அரசாங்கத்ததுல்ல” என்றார் தர்மன்.

சிவலிங்க அண்ணன் கேட்டார் “அது எங்கயிருக்குது” தர்மன் திரு திருன்னு முழிச்சாரு.

“இன்னாப்பா அரசாங்கம்ன்னு ஒண்ணு இல்லீயா இன்னா நீ கொழப்புற”

நான் கொழப்புல்ல..நீ கொழம்பிப்போயிருக்குற

“ஏங் சொல்லமாட்ட முன்சீப்பு கட்டிவச்சி தோல உரிப்பான்” பஜனக்கோயில் தட்சிணா ஆவேசமாக கூறினார்...

அப்போ சின்னப்பையன் ஒருத்தன் எழுந்து தட்சிணாவைப் பாத்து வயசு வித்தியாசமில்லாம

“அப்போ தோள உரிக்குறவன்ன நான் பெரட்டி பெரட்டி அடிப்பேன்”னான்.

"திண்ணப்பாடம் எவ்வளவு வேல செய்யுதுப்பாரு"ன்னாரு தட்சிணா.

சிவலிங்க அண்ணன் தர்மனைப்பார்த்து நீங்கள் போய் நெலத்த மடக்குன்னாரு ஜனங்க கொஞ்சம் தயங்குச்சிங்க

"புத்தர் நீ மனுசன்னா மாடா"

திடுதிப்புன்னு கேட்டவுடனே புத்தர் யோசனையில்ல எறங்கிட்டான். சிவலிங்க அண்ணன் இந்த கேள்விய எல்லாரையும் பார்த்து கேட்டாரு..பின்னால்ல சிவலிங்க அண்ணனே பதிலும் சொல்லிட்டார்.

"மாடுன்னா வெள்ளாயமூட்டு கயனியிலப்போய் உயு.மனசன்னா எந்த காரக்கரம்பாந்தாலும் சொந்தமா மடக்கி உயு"ன்னார்

புத்தர் காலுல்ல நெருப்பு பட்டமாரி சுரீருன்னு ஆயி எயுந்து நின்னுக்குன்னா அதுக்கப்புறம் ஒரு வார்த்த பேசல்ல திரும்பிப்பாக்காம போனான்

புத்தர் மறைந்தப்பின் அவரின் வார்த்தையெல்லாம் இசையாயின. ஒடுக்கப்பட்ட மக்களின் வாழ்வு பாடலின் இடையிடையே இசை கோர்வுகளாயிருந்தன. "என் பறையில் புத்தர் இருக்கிறார்" சிவலிங்க அண்ணன் எனக்கு ஒரு மொற எயுதிய லெட்டர்ல்ல இப்படி எயுதியிருந்தார். அவர்தான் என்ன ஆஸ்டல்ல சேத்து உட்டார்.

கம்யூனிஸ்டுகாரங்க என்னத்தேடி ஆஸ்டலுக்கு வர ஆரம்பிச்சாங்க. என் ரூம்ல மாட்டியிருந்த புத்தர் படத்தப்பாத்துட்டு புத்தர் நெலவுடைமயாளர்களுக்கு ஆதரவா இருந்தார்ன்னு சொன்னாங்க அதுக்கப்புறம் அவங்கல்ல நான் ஆஸ்டல்ல உட்டு வர்றவரைக்கும் பாக்கவேயில்ல விரும்பறமில்ல...

6

காலனியில்ல நெறயப்பேரு ஊட்டுக்கன்னுங்கல்ல ஏருக்கு பழக்கனாங்க இந்த மாடு காலனியாளுங்களுக்கு எப்படி வந்துச்சுன்னா மாடு மேய்க்க ஆளு இல்லாம போனப்ப ஊர்த்தெரு ஆளுங்க காலனியில்ல தனக்கு தோதானுவங்களுக்கு வாரத்துக்கு பசுமாட்ட குடுப்பாங்க.. நாம சொந்தமா வளத்து கண்ணு போட்டுச்சின்னா பாலகறந்து எடுத்துக்குன்னுப்போயிக்கொடுக்கனும் சேங்கன்னா (காளைக் கன்று) நம்ப வச்சுக்கலாம். கிடாரி (பசுங்கன்று) கன்னுன்னா அவங்களுக்கு ஓட்டிடனும். ஆனா, அந்தமாட்டயும் நம்ம கவனத்துல்லத்தான் மேச்சி வச்சுக்கனும் நமக்கு லாபன்னுப்பாத்தா அதுப்போடுற சாணியும்..கறக்குறதுல்ல ஆயக்கு ஓயக்கு பாலு மிச்சம் பண்ணிக்குறதும் சேங்காணாயிருந்தா மட்டுமே அதுவும் வருசம் தவறாம கிடாரியாவே போட்டுச்சுன்னா அவங்களப்பாத்து குடுக்குறதுதான்..இன்னா பாக்குறப்ப பத்து மாடு ஊட்டாண்ட இருக்குதுங்குற பெருமத்தான் லாபம். திடீர்ன்னு அவங்களுக்கு பணம் ஒணும்ன்னா ஆள அனுப்பி மாட்ட பிரிச்சி வித்து எடுத்துப்பாங்க.

இப்படியே காலனியில்ல வளப்பு கன்னுங்க வளந்து சேர ஆரம்பிச்சுது...இதுங்க ஐம்பது சென்ட் உயுதால்லே பெரிய விசயம் அதுக்கு மேல நடக்காது... வெயிலு ஏறுச்சு நடுக்கயனியில்ல திருக்கல்லு போட்டுக்கும்..நொறத்தள்ளும்..மூத்திரம் பேயும் சாணிப்போடும்.. கரும்புக்காலு வச்சுக்குன்னு தடதடன்னு ஆட ஆரம்பிச்சுடும்.. பாக்குறதுக்கு ஒவ்வொண்ணும் வாத்து ஓயரத்துல்ல கயனியில்ல தரையோடு தரையா நீந்துற மாதிரியிருக்கும் வொறும் காஞ்ச வைக்க இல்ல அறுத்துப்போட்ட ஒரு குச்சு புல்லு இது ஓயக்குற ஓயப்புக்கு போதும்மா இந்த தீனிக்கே இதுங்க குத்து ஜீவன் வச்சுக்குன்னு குந்தி பெருமூச்சு உட நேரமில்லாம பனங்கொதுக்க கால்ல கட்டுன மாதிரி ஓதரிக்குன்னு ஓதரிக்குன்னு இப்படியும் அப்படியும்மா ஓய்வு ஓய்ச்சல் இல்லாம ஓடிக்கின்னுயிருக்கும். ஆனா ஊர்த்தெரு மாடுங்க அப்படியா ஒவ்வொருக்காலும் செம்மரத்துண்டுமாதிரி அதுங்க ஊட்டம் அப்படி நட்சத்திரம் அப்படி நைஸ் தவுடு..பயித்தம் பொட்டு புண்ணாக்கு பொட்டுக்கடல செடின்னு கலப்பய கட்டி உயுதா கட்டி கட்டியா பேத்துப்போட்டுக்குன்னு கட்டிங்கல்ல மாவா ஆவுறமாதிரிமெரிச்சுக்குன்னு போவும் கலப்பய புடிச்சிக்குன்னு இருக்குறவன் பின்னால்ல ஓடணும் மத்தியான கஞ்சிக்குள்ள சுத்தமா ஒரு ஏக்கர உய்து தள்ளிடும் காலனி குண்டைங்க இதுங்களா கூட

நிக்கவே முடியாது ஆனா காலனிக்காரன் பயிறுத்தவறாம இந்த வாத்துங்கல்ல வச்சுக்குன்னு போராடியாவது ஒன்னு ஒன்ற ஏக்கர் உய்து வெரப்பாடு போட்டுறுவான் ஒருப்பயிரு போட்டா ராவும் பகலும் அதுக்குப்பக்கத்துல்லேயே இருக்கணும். இல்லண்ணா பஸ் எருதுங்க காட்டுமாடுங்க பக்கத்தூரு எரும மாடுங்க நாலப்பக்கத்துலர்ந்தும் வர ஆரம்பிச்சுடும். அதுவும் சூல் காலத்துல்ல பால் கறக்குற மாடுங்கல்லபக்கத்தூரு ரெட்டியாருங்க காலனி நடுவுப்பக்கமா பாத்து தெத்தி உடுவாங்க கொஞ்சம் ஏமாந்தோம் நம்மாளுங்களே கொம்புக்கயிறுப் புடிச்சுக்குன்னு வரப்புல்ல புல்ல மேய உடறமாதிரி சூல் பயிரு மேச்சிடுவாங்க ஆளுப்பாக்குறப்ப வரப்புமேல மேயும் தலய திருப்புனா ஒரு கப்பு பயிர மேயும் அந்த மாடுங்களும் அவனுங்க மாதிரியிருக்கும். கதறு முத்தறப்ப காட்டுப்பன்னிங்க ஒருப்பக்கம்ன்னா கிளுவைங்க படபடயா வந்து கதற உருவிடும் கொஞ்சம் கண் அசஞ்சோம் மொத்தத்தையும் கோட்ட உட்டுட்டு அம்போன்னு நிக்கணும்..சொந்தப்பயிரு காப்பாத்த போயிட்டா அன்னாடம் சோத்துக்கு இன்னாப்பண்றது உறை நெறய நெல்லு வச்சுக்குன்னுயிருக்குறோம்மா குத்தி கஞ்சிக் காய்ச்சிக் குடிக்கறதுக்கு நாலு ஆளு அஞ்சு ஆளுயிருக்குற ஊட்டுல்லத்தான் சொந்தப்பயிரு யோசிக்கமுடியும் போடவும் முடியும். அப்பத்தான் கயனியிலேயும் பாடு எடுக்க முடியும் வயித்துக்கு பாடு எடுக்க முடியும். புருசன் பொண்டாட்டி கைக்கொயந்த இருக்குற ஊட்டுல்ல சொந்தப்பயிறு போடவே முடியாது ஆளுவச்சு பயிறு போட நமக்கு எதுல்ல வலுவிருந்துச்சு நம்ம சொந்தவேல செய்யுறதுக்கே யாராவது கூலித்தருவாங்களான்னு வயித்து கஷ்டம் நெனைக்கும்

வெரப்போடு நடுக்காலத்துல்ல கடன் தர காலனியில்ல எவனுக்கும் இருப்புக்கெடயாது முன் வரவும் மாட்டான் வயிறு பட்டினிக்கெடந்து கயனியில்ல பாடு எடுக்க முடியாமத்தான் காலம் பூரா படியாளாக்கெடந்து சாவறது. ஒருப்பயிரப்போட்டு அது பச்சயெடுத்து சூல் புடிச்சி பாலெடுத்து சிதறாம ஊட்டுக்கு வரதுக்குள்ளே கண்ணு இடிபாஞ்சிடும். பொம்பள சீக்காயிடுவா வூடு சிந்தக்கொலஞ்சிப்புடும் இதுக்கு நடுவுல்ல வெள்ளம் வரக்கூடாது பொயல் வரக்கூடாது சூலுக்கு முன்னால்ல பனி தப்பா பெய்யக்கூடாது சுத்தி சுத்தி காத்தடிக்கக்கூடாது போதாக்கொறைக்கு பாத்தியக்காரன் வாவுசாவுக்கு ஆளு வந்துப்போவும் இது எதுக்கும் போவமுடியாது காலனி ஆளுங்க பயிறெல்லாம் ஏரியிலேயும் ஏரி ஒட்டுலேயும் இருக்கும் மய திட்டமா பெய்யுறவரிக்கும் இந்தப்பயிருங்க உயிருக்கு உத்தரவாதம் இல்ல அரி அரி நாரயணாத்தான்.

ரெண்டுப்பயிரு மூணுப்பயிரு நஷ்டம் பாக்காம்ம தப்பிச்சவன் நட்டாங்கால் ஊட்ட மாத்தி தூக்கி நிமித்தி பெரிய திண்ண வச்சி

தூலக்கட்டு ஊட்டுக்கட்டுவான். குண்டங்கல்ல மாத்தி கொஞ்சம் தூக்கலா பாத்து பெரிய ஜதையா வச்சிப்பான் ஊர்த்தெருவுல்ல ஓரங்கட்டுன பழய வண்டிங்கள வாங்கி மர வேல செஞ்சு வச்சுப்பான் இது மொத சம்பாத்தியம் அதுக்குள்ள பொண்ணு வயசுக்கு வந்துடும். புள்ள மொறக்காரச்சிங்க ஊட்டுப்பக்கம் சுத்த ஆரம்பிச்சுடுவான் எல்லாத்துக்கும் ஒரு கால் முடிச்சு போட்டுட்டான்னா வந்தவேல முடிஞ்சங்கறமாதிரி ஓசோன்னு படுத்துடுவான் புத்தி அதோட எதுக்கும் எந்தக்கடமையும் இல்லங்குறமாரி நின்னுக்கும் கட்சியா மடக்குனது.. கோலுனத ஆட்டமாட்ட கோய(கோழி).. குண்டான் சட்டி..கலப்ப மம்மூட்டி ஆயாக்கு ஓயாக்கு(ஆழாக்கு, ஓழக்கு) வரீக்கும் புள்ளைங்களுக்கு பிரிச்சு கொடுத்துட்டு வேலக்கு ஒரு ஊட்டுல்ல கஞ்சி வாருங்கன்னு கண்ணு முழிச்சுக்குன்னுயிருக்குறப்பவே வாய்க்க (வாழ்க்கை) முடிஞ் சிடும் முன்சீப்பு ஊட்டாண்ட அவனக்கூப்புட்டுவச்சி அடிச்சது பொண்டாட்டி முன்ன நிக்க குஞ்சக்காட்டி மூத்திரம் பேஞ் சவன்ன, சேடயில்ல பொயுது அன்னிக்கும் மாட்டோடமாடா சேத்துல்ல பொரட்டியெடுத்தது, பீச்சக்கையில்ல தொட்டுக்கய வச்சுக்க இல்ல தொடயில்ல வச்சுக்க எதுக்குடா கஞ்சி குண்டான் மூடிமேல வைக்குறன்னு துண்ணுக்குன்னுயிருந்த சோத்துல்ல காறி துப்பனது, இது எதுவும் ஞாவத்துக்கு வராது எல்லாத்தையும் பைசல் பண்ணமாதிரி அப்படியே அமிஞ்சிப்போயிடுவான். அவன் பொறப்பே ஒரு ஏர் மாடாட்டம் ஆயி கட்சியில்ல அலுப்புல்ல போயி நிக்கும்.

ஆனா பொம்பள அப்படியில்ல ஏதாவது ஒரு சாவுல்ல அதப்பாடி சுத்திக்கிறவங்க மனசக்கலைச்சுடுவா அத வெள்ளாயன்னு பாக்கமாட்டா பெத்த அப்பன்னு பாக்கமாட்டா கட்டுன்ன ஊட்டுக் காரன்னும் பாக்கமாட்டா இன்னா மனசக்கலைச்சுன்னா அது கட்சிவர பாட்டாவே நிக்குமேயொழிய படிப்பினையா ஆவுல்லியே அப்போ ஊருல்ல எந்த நெலத்துல்ல கால எடுத்து வச்சாலும் யாராவது ஒரு வெள்ளாயன் நெலமாயிருக்குமேயொழிய ஒரு நம்பரு காலனியாளுங்கல்லதுன்னு சொல்லமுடியாது காலனியில்ல வெள்ளாயனுங்களுக்கு இணக்கம்மா போறவங்களுக்கு ஒரு சில நெலம் மட்டும் அனுபவத்துல்லயிருந்துச்சு பஜன்க்கோயில்காரங்கக்கிட்டே இப்படிக்கொஞ்சம் நெலம் அனுபவத்துல்லயிருந்துச்சு. அவங்கப்பாத்து இன்னும் சிலப்பேருக்கு அந்த அனுபவத்தையும் செஞ்சுக்கொடுத்தாங்க அம்பது ஏக்கருக்கு கொறவா நெலமில்லாத வெள்ளாயனுங்க ஊர்ல்ல இல்லவேயில்ல இது இல்லாத மொளகாக்கொல்ல..நாத்தாங்காலு.. களத்தமேடு.. வண்டி எருதுங்க.. ஏர் ஜதைங்க..பால் மாடுங்க.. எருமைங்க.. ஆடுங்க.. புளியாமரம்.. வேப்பமரம்.. பூசமரம்..பனமரம்.. மாட்டுக் கொட்டாயி.. ஆட்டுக்கொட்டாயி.. ரெண்டு மூணு ஓடு

வைச்சவூடு.. தளம்போட்ட வூடு பம்பு செட்டு வட்டிக்கு தனியா அடத்திக்கு தனியான்னு குடுத்தத் துட்டுங்க..ன்னு ஏராளம். அறுப்பு வந்துடுச்சுன்னா நெல்லு மூட்டங்க வாசல் வரண்டா ஊட்டு நட...ன்னு உசர உசரம்மா அடுக்கிவச்சிருக்கும்..மண்டபமாதிரி கட்டி வச்சுக்குற ஊட்டுல்ல நிக்க எடமிருக்காது. பட்டுன்னு திரும்ப முடியாது தைமாச கட்சியில்ல நெல்லடிக்க ஆரம்பிச்சா கட்சியாபோரு உதற போது சித்ர முடிவுக்கு வரும் அது வரீக்கும் வண்டியில்ல மூட்ட மூட்டயா ஏறிக்குன்னுயிருக்கும். போற வண்டியெல்லாம் காலனி வழியாத்தான் போணும் காலனியாளுங்களுக்கு எந்தந்த வெள்ளாயனுக்கு எத்தினி வண்டிபோவுது எவ்வளவு மூட்டபோவுதுன்னு எண்ணி மாயறதே பெரிய பொய்துப்போக்கு

கூலிக்குப்போவ ஆரம்பிச்ச அன்னயிலர்ந்து வெள்ளாயன் ஊட்டாண்ட புள்ளைங்க மாடு மேய்க்கப்போவறது நிக்க ஆரம்பிச்சது..ஆம்பள்ள பொம்பள்ள எல்லாம் கயனியோட வேலய முடிச்சுக்குன்னாங்க..ஒண்ணு ரெண்டு குடும்பம் பழைய இணக்கத்துலேயே வெள்ளாயன் கட்டுத்தடியில்லேயே கெடந்துச்சு வெள்ளாயன் கூலிக்கொடுத்த கையோடு நெல்லு வெலய ஏத்துன்னா

கம்யூனிஸ்ட்காரங்களும் கூலிய ஏத்திக்கேட்டாங்க கூலி ஏற ஏற வெள்ளாயனுங்க வெவசாயம் இனி கட்டுப்பிடி ஆவாதுன்னு சொந்தப்பயிர்போடறதநிறுத்ததொவங்குனாங்கஅவங்கபார்வையில்ல அடா துடுக்கா இல்லாம கட்டுத்திட்டத்துக்குட்பட்டவன்.. பஜனக்கோயில்காரன் யார கைக்காட்டுறானோ அவன சின்னதா பயிரு வைக்க சொல்லி நெலத்த குத்தகைக்கு வாரத்துக்குன்னு உட்டானுங்க நெலத்தோட மாடுவண்டி கலப்ப.. ரோலர்..இன்ஜின் தண்ணின்னு சகாயம் பண்ணானுங்க

காலனியாளுங்க ஊந்து ஊந்து மாய்ஞ்ச நெல்ல நாள் செலவு இல்லாம்ம..பத்துப்பிசா செலவு இல்லாம்ம ராவு கண்ணுமுழிக்காம மழ வெயில்லு பனின்னு சுத்தாம்ம ஊட்டுக்கு பத்திரம்மா நெல்லு வந்து சேந்துடுச்சு கோணி வாங்குன்ன செலவு தவுர வேற செலவு இல்ல காலனியாளுங்க குத்தகைக்கு பயிரு வச்சப்பெறகு வெள்ளாய மூட்டு ஆட்ட மாட்ட மேய்க்க சாணி அள்ள பாடு எடுக்க ஆளு இல்லாம போச்சு

வெள்ளாயனுங்க மாட்டவிக்க ஆரம்பிச்சானுங்க ஊர்தெருவுல்ல மாடுங்க கொறஞ்சது. மாடுக்கொறஞ்சதால்ல வெள்ளாயன் கொல்லயில்ல போரு போரா குமிஞ்சு கூடை கூடையா வாருன்ன சாணி எருவு மொறங்கணக்குல்ல சுருங்குச்சு வெள்ளாயனுங்க ரைஸ்மில்லு கட்டி அரிசி வேபாரம் நெல்லு வேபாரம். பண்ண ஆரம்பிச்ச பிறகு கயினிப்பூரா வெறும் நெல்லுப்பயிரா மாறிப்போச்சு.

ஒருப்பயிரு நெல்லு ஒருப்பயிரு கேவுருன்னறதுப்போயி நெல்லு நெல்லுன்னு நாயாப் பேயா அலைய ஆரம்பிச்சானுங்க. கேவுரு அறவே மறந்தப்போச்சு. சூலுக்குள்ள கைய உட்டு நெல்ல கப்பு கப்பா அள்ள முடியுமான்னு புத்தி குறுக்கும் நெடுக்கும்மா யோசிக்க ஆரம்பிச்சுச்சு..நெல்லு ரகமும் மாறிச்சு. ஐஆர்8..ஐஆர்20..சிவப்பு பொன்னி..வெள்ளப்பொன்னின்னு குத்தககாரங்ககிட்டே பொன்னி போடுறீயா இந்த நெலத்தப்புடி. கேவுரா நெலமில்ல சொந்தப்பயிருக்கு ஆசப்பட்டவனும் நெல்லய போட்டான். வேபாரியும் நெல்லுல்ல வேற எந்த ரகன்னாலும் வாங்கமாட்டான் பொன்னின்னா கூப்பிடாம்ம வாசல்ல வந்து நிப்பான். முன் துட்டு குடுப்பான்.. வாட சம்பா..குண்டு சம்பான்னா வேபாரிங்ககிட்டப்போயி நாம பத்து தடவயாவது அவன் வாசல்ல நிக்கனும். அப்படி வாங்குன்னாலும் வெலய இஷ்டத்துக்கு கொறப்பான். சாப்புடறதுக்கு அரிசிக்குத்துற எடமாயிருந்த ரைஸ்மில்லு அரிசி வேபாரம் பண்ணுற தொழிற்சாலயா மாறிப்போச்சு இந்தப்பட்டத்துக்கு இன்னா வெரண்ணு வெவசாயிங்க முடிவுப்பண்றதுப்போயி இன்னா வெரப்போடணும்ன்னு அரிசி வேபாரிங்க ரைஸ்மில்லுல்ல உக்காந்துக்குன்னு முடிவுப்பண்ணுனாங்க

சினிமாக் கொட்டாய் செட்டியாரு உரம்பூச்சி மருந்துக்கட ஆரம்பிச்சாரு செட்டியார் இன்னும் பேமஸ் ஆனாரு இனி தழ உரம் வேணாம் சாணி உரம் வேணாம் சாம்பல் வேணாம்ன்னு செட்டியார் ஊர் ஊரா போஸ்டர் ஒட்டுன்னாரு வெள்ளாயனுங்க மாடு வித்ததுக்கு இதுவும் ஒரு காரணம்.

காலனியாளுங்க குத்தகச்செஞ்சு வாய வவுத்தக்கட்டி ஆம்பள பொம்பள கொய்ந்துன்னு வேர்வ சிந்தி சேத்த துட்ட வெள்ளாயங்கிட்டே குடுத்து பத்தரம் மாத்தி எழுதிக்குச்சுங்க.

தாத்தான் பூட்டன் காலத்துல்ல மானாவாரிய கல்லும் முள்ளும்மா இருந்த நெலத்த காலனியாளுங்கல்ல வச்சு சுத்தி சுத்தி சும்மாவே மடக்கி சீர் செஞ்சி பயிரு வச்சு தல முற தலமுறயா ருசிக்கண்ட வெலயில்லாத நெலத்த வெலமேல வெலவச்சு வெள்ளாயனுங்க எவன் சுத்தி சுத்தி மடக்கிக் கொடுத்தானோ அதே காலனியாளுங்களுக்கு வித்தானுங்க..வெலய இல்லாத மண்ணுல்ல காலனியாளுங்க முதல் போட்டாங்க.. இனி இதுல்ல வெளயறது எல்லாம் அவங்களுக்கு தான்னு நம்புனாங்க வெள்ளாயன்..காலனியாளுங்களுக்கு வித்த நெலம் ஊருக்கிட்டக் கையில்லீயோ... காலுல்ல தட்டி உட்டா தண்ணி பாயுற காவா ஓரமோ பள்ளக்கயனியோ வயிபாட்ட ஓரமோ கெடயாது உப்பளத்துமோடு..முள்ளுப்பொதுரு தண்ணி நிக்காத களிமண்ணுதர..காவா இல்லாத தண்ணி மாறமுடியாத தகராறுப்புடிச்ச கயனி..காட்டுமாடு..பன்னின்னு அதம் பண்ணுற

தொலாக்கை.. போவ வர வழி வாக்காடு இல்லாதத வித்தான். காலனியாளுங்களுக்கு கயினி கைமாறும்போது பொன்னி நெல்லுக்கு மட்டுந்தான் மதிப்பு இருந்துச்சி பொன்னி நடவு நடவுறவுங்களுக்குத்தான் வெள்ளாயனும் கடன் கொடுத்தான் பாதிக்கு பாதி வெள்ளாயன் நெல்லு வேபாரியாயிட்டான். கயனிவித்து காலனிக்காரன்கிட்ட வாங்குன்ன துட்ட காலனியாளுங்களுக்கே கடனா கொடுத்தான். யாருக்கிட்ட கடன் வாங்குறோம்மோ அவங்க கிட்டத்தான் வெளஞ்ச மொத்த நெல்லயும் போடணும் ஒரு கற்காக்கூட வெளியேப்போவாக்கூடாது. வெலயறதுக்கு முன்னே பயிரு செலவுக்கு கைய நீட்டிடுவான் காலனிக்காரன். வெளஞ்சப் பின்னால்ல வெள்ளாயன் சொல்றதுத்தான் வெல வெளி வேபாரிக்கிட்டப்போயி நிக்க முடியாது வெலக்கம்மியாக்கீது நெல்லப்போடமுடியாதுன்னு எகிறி அடிச்சிப்பேச முடியாது வெளியூர் வேபாரியும் உள்ளூர் வேபாரியாக்கூட சேந்துப்பான். நெல்லு அடிச்ச உடனே களத்துக்கே கோணியும் மரக்காவும்மா வந்து நிப்பாங்க வேபாரம் பண்ற எந்த வெள்ளாயனும் ஊர் பொது மரக்காவுல்ல அளக்க ஒத்துக்கமாட்டாங்க. அவங்க ஒரு மரக்கா செஞ்சி எடுத்துக்குன்னு வருவாங்க. அது அளவுக்கும் ஊர் பொது மரக்க அளவுக்கும் எப்பயுமே ஒரு படி நெல்லு வித்தியாசப்படும்..அம்பாரத்துல்ல மரக்காவ சொருவி நெல்ல வாரும்போது மரக்கா ஒரு சுத்து விரியும் ஒரு மூட்ட நெல்லுங்கறது முழுமரக்கான்ன எட்டு மரக்கா அரமரக்கான்ன பதினாரு மரக்கா. வேபாரிங்க அர மரக்காத்தான் எடுத்துக்குன்னு வருவாங்க. ஒருமூட்ட நெல்லு அளக்கறப்ப பதினாரு அரமரக்காவுல்ல ஒண்ணுக்கு ஒருப்படி நெல்லுன்னு பதினாருப்படி நெல்லு ஒரு மூட்டைக்கு அடிச்சுக்குன்னுப்போனா முப்பது நாப்பது மூட்ட அளக்குற காலனிக்காரன் ஊட்டுல்ல எவ்வளவு நெல்லு அடிச்சுக்குன்னுப்போவும் பாருங்க காலனிப்பூரா இந்தமாதிரி மரக்கா உலாத்துங்க இந்தமாதிரி மரக்காவ இதுக்குன்னே ரெட்ஹில்ஸ்ல செஞ்சுக்குன்னு வருவாங்க. ஒரு களத்திலேயே இந்தக்கொள்ளன்னா ஊர் முழுக்க எவ்வளவுக்கொள்ளப்போவுன்னு வருச கணக்குப்போட்டா காலனிக்காரன் வெவசாயத்துல்ல கற ஏறவே முடியாது வேபாரிங்க இந்த மாதிரி அள்ளிக்கின்னுப்போற நெல்லக்கணக்குப்போட்டு பாத்தா காலனிக்காரான் படிக்கு கூலிக்கு குத்தவைக்கு செஞ்சப்போது வெள்ளாயன் கண்ட லாவத்த விட இந்த லாவந்தான் பெரிய லாவம். ஊர்த்தெருக்காரன் முன்னால்ல வெவசாயம் பண்றது நெலத்த வச்சி சூதாடுறதுக்கு சமம்.

ராவுப்பகலு.. நல்ல நாளு கெட்ட நாளு..புள்ளைங்க படிப்பு தீனி.. பொண்டாட்டி சொகம்..நல்லச்சோறு..தூக்கம்..நல்லத்துணிமணி... வகைவகையான பண்டம்..ஊடு..நெழலு..நிம்மதி..ஓய்வு.. போத வெளயாட்டு..பாட்டுன்னு எல்லாத்தையும் இழுந்து வாங்குன்ன

நெலம் சொத்தா இருக்குதேயொழியா ஒருப்படி நெல்லு லாபமா இல்ல.. செட்டியார் உரம் மருந்துப்போடறதப்பத்தியும் அதன் நுணுக்கத்தப்பத்தியும் ஒவ்வொரு ஊருல்ல இருக்குற பெரிய பெரிய சம்சாரிங்கலக் கூப்பிட்டு கூட்டம் போட்டு பேசுனாரு. அதுக்கு மருந்து கம்பெனியில்லர்ந்தும் சொசைட்டியிலர்ந்தும் ஆபிசருங்களும் வந்தாங்க எருக்கொட்டி வெவசாயம் பண்றது பழங்கத. அது தப்புன்னு சொல்லல்ல ஆனா அது காலத்து வேகத்துக்கு ஈடுக்கொடுக்க முடியாது. சாணியும் தழையும் போட்டுட்டு மயிலே மயிலே இறகுப்போடுன்னு வெரப்பு மேல உக்காந்துக்குன்னுயிருக்கனும். இது அப்படியில்ல ஏக்கருக்கு எவ்வளவு அடியுரம் போடனும்ன்னு பயிரு தல தூக்கும்போது என்ன உரம் சேக்கனும் மருந்து தெளிக்கணும்ன்னு தெரிஞ்சிடுச்சு சுச்சதட்டுன்னா லைட்டு எரியும் காலத்துல்ல இன்னும் லாந்தர நோண்டிக்கின்னுயிருக்கக்கூடாது.

இத்தினி மூட்டன்னு முடிவுப்பண்ணா அது அத்தினி மூட்டத்தான் மாறவே மாறாது உரம் போட்ட மொத வருஷம் தேவராஜ் மொதலியார் நெலத்த புடுச்சுக்குன்னு அவரு தலத்தண்ணி எந்தந்த கயனி மேல மட மாறிப்போச்சோ அந்த தலயெல்லாம் நடுவுல்ல தவளைங்க செத்து மல்லாந்துக்குன்னுயிருந்துச்சி தவளையத்துண்ண தண்ணிப்பாம்புங்க செத்து உப்பி பால பாலமா வெடிச்சி கயினிப்பூரா நாத்தம் அடிச்சுப்போச்சு வெரப்பு மேல ஒரு ஆளால்ல நிக்க நடக்க முடியல்ல கொடலுக் கொமட்டிக்குன்னு வாயில்ல வரமாறியாயிடுச்சு.. கயனியில்ல காவால்ல ஒரு மீனு ஒரு நண்டு தப்பல்ல செத்து மெதந்துச்சு. மீனத்துண்ண கொக்குங்க கண்ணுங்க நட்டுக்குன்னு குப்புறப்படுத்துக்குன்னு ரக்கங்கல்ல படபடன்னு அடிச்சுக்குச்சு மருந்துப் போட்டவனெல்லாம் பயந்து பதறி செட்டியார் கிட்ட ஓடுன்னான் செட்டியாருக்கு இது முன்னம்மே தெரிஞ்சமாதிரி “யோவ் சாவட்டுமே அது மக்குச்சுன்னா ஒரம் தானே.”ன்னாரு. தென்னமரத்துக்கு நாயடிச்சு உரம்மா போடல்ல எலநீரு குடிச்சுட்டு செத்தாப்போனீங்க பயிருக்கு ஒண்ணும் ஆவாது நான் உத்தரவாதம்ன்னாரு. அவரு சொன்னமாதிரியே நடுவும் கருகருன்னு இடுப்பு உசரத்துக்கு மொத்த மொத்தய எழும்புச்சு.. அந்த வருஷம் கதுரு மொழம் அளவுக்கு நெல்லுப்புடிச்சி நீட்டிக்குன்னு ஆடுச்சு ஒரு கதுரு கைக்கு ஒரு கப்பு இருந்துச்சு இதப்பாத்த சனங்க எது செத்த இன்னா.. பயிறு கப்பு கப்பா வந்துச்சான்னு எண்ணம் வளர ஆரம்பிச்சது. எப்பேயும் பாக்காத நெல்ல வெள்ளாயன் தலையில்லப்பாக்குறப்ப எல்லாருக்கும் ஆசயாயிடுச்சு. களத்துல்ல முன்னே எப்பியும் பாக்காத நெல்ல பாக்குறப்ப ஆச இன்னும் கெட்டியாயிடுச்சு. ஊர் பூரா இது ஒருக்கதய அந்த வெள்ளாயனது இத்தினி மூட்ட.. இந்த வெள்ளாயனது அத்தினி மூட்டன்னு பேச்சு ராவும் பகலும் சினிமாக்கதயயே தாண்டிப்போச்சு ஊரு ஊரா

செட்டியாரு போஸ்டர் ஒட்டுன்னாரு. எல்லாம் மருந்துக்கட போஸ்டரு போதாதுக்கு ரேடியோவுலேயும் சொன்னாங்க அடியுரம் பத்தி பூச்சி மருந்துப்பத்தி..

நாளடைவில்ல சிவலிங்க அண்ணன் ஊருக்கு வர்றது நின்னுப்போச்சி. அவருக் குடும்பமும் பட்டணம் போயி சேந்துடுச்சு அண்ணன் பட்டணத்துலயிருக்குற ஊட்டுக்குக் கூட சரி வர வரலண்ணு சொன்னாங்க அப்புறம் ஊருல்ல காலரா வந்த நேரத்துல்ல சிவலிங்க அண்ணனுக்கு ஒடம்பு சரியில்லாம போயி கை கால் உயுந்து வாய் பேசாமா போயி பட்டணத்துல்லயிருக்குற ஜிஎச்சுல்ல சேத்துருக்காங்கன்னு தகவல் வந்துச்சு. அவருக்கு கை கால் உயுந்து வாய் பேச முடியாம போனத கேட்டதும் ஊர்தெருக்காரனுங்களுக்கு சந்தோசம்ன்னா பஜனைக்கோயில்காரனுங்களுக்கு சந்தோசமோ சந்தோசம்.

மழ ஆரம்பிச்சு பதினொரு நாளாயிடுச்சு. ஊரச்சுத்தி வெள்ளம் சூழ்ந்துக்குச்சு. கடல் முகத்துவாரத்த ஏறி கழிக்கல்ல கலந்து உப்பளத்துல்ல ஏறி வந்து மோதுது. காத்து ஊட்டுமேலக்குற பன ஓலய ஒவ்வொன்ன ஈறு ஈக்குற மாதிரி ஈத்து ஈத்து பறக்க உடுது. காத்தும் மழயும் மாறி மாறி அடிக்குறதுல்ல கெழக்கொல்ல பாட்டயில்ல இருக்குற பனை மரம் ஒண்ணு ஒண்ணா பொத்து பொத்துன்னு சாயுது இதுக்கு முன்னால்ல இதவிட காத்து மழய பாத்த மரங்க அது புளியாமரம் வேப்பமரத்தல்லம் கண் கொண்டு பாக்க முடியில்ல காத்தாக்கூட அதுங்க நடத்துற போராட்டம் நம்ம ஈறக்கொலயில்ல உதறலு எடுக்குது இடி இடிச்சு மின்னலடிச்சதப்பாத்தா எரியுற வைக்காப்போருக்குல்ல இருக்குற மாதிரி வொறும் நெருப்பாயிருக்குது மழநிக்குறவரீக்கும் தெருவுல்ல நடமாடமுடியாது..அது அது பயந்துக்குன்னு ஊட்டுக்குள்ளேயே அடங்கிடுச்சுங்க..ஊடுவாசல் திண்ணன்னு நத்தைங்க மேய ஆரம்பிச்சுடுச்சு..யாரும் வேலவெட்டிக்கு போவல்ல..இருக்குற மாவு நொய்ய கஞ்சாகாசி குடிச்சு முடிச்சாச்சி. பின்னயும் இருக்குற நாளிக்கு மயத்தண்ணியத்தவுர வேற எதுவுமில்ல ஜனங்க பசில்ல ஊட்டுக்குள்ளேயே செவுண்டு செவுண்டுப்படுத்துக்குச்சுஞ் யார் வீட்டிலேயும் கடன் கேக்க முடியாது..அங்கேயும் இதே நெலமத்தான்.. இருந்தாலும் தரமாட்டான். இந்தமாதிரி நேரத்துல்ல கூலிக்கு போறவனாவது ஒண்ணு ரெண்டு ரூவா வச்சிருப்பான்..பயிர் செய்யுறவன் அதுவும் வச்சிருக்கமாட்டான். மொனமூக்குல்லயிருக்குற மூக்குத்திய வச்சுக்கூட நடுவு நட்டுயிருப்பான். இன்னும் காத்து மழ எத்தினி நாளைக்கு இருக்குமோ யாருக்குத் தெரியும்.. ஜனங்க.. மழயாவது மயிராவது நெனைச்சுக்குன்னு கோணியப் போத்திக்குன்னு கங்கம்மா கோயிலப்பாத்து கையெடுத்துகும்பிட்டு

உயிரக்கையிலப்புடுச்சசிக்குன்னு கெளம்புடுச்சு. பங்காரு வலக்கட்டய புடுங்க..முட்டி அளவு தண்ணியிருக்குற உப்பளம் கயுத்த தாண்டுற அளவுக்கு தண்ணி ஏறி நிக்குது அலத்துல அல கடல்ல எழும்புற மாதிரி எழும்புது. அதேமாதிரி எறயுது வானத்தைப்பாக்குதுங்க ஜனங்க... வொறும் இருட்டு மின்னல் இடி மயக்காத்தத் தவிர திக்கு தெசயில்லங்குற மாதிரி கைய விரிச்சுக்குன்னு நின்னுச்சு கண்ண மூடிக்குன்னு கங்கம்மான்னு தண்ணியில்ல முழுவுச்சுங்க அலத்து தண்ணியில்ல உப்பில்ல துளி சவுருமில்ல ஏரித்தண்ணிமாதிரி ருசிச்சுச்சி தண்ணி கண்ணாடியாட்டும் பளிச்சுன்னு வழிக்காட்டுச்சு அப்போதான் தெரிஞ்சது ஊரே அலத்துல்ல முயுவிருந்துச்சி. முங்கி முங்கி. கால் வச்ச எடத்துல்ல பரவியிருக்குற பங்காரு வலக்கட்டய(உப்பு நிலங்களில் விளைகிற தாவரவகை). புடுங்குச்சீங்க கோர மேயுற எரும மாடாட்டம் அது அது மூச்சுமுட்ட ஜவுறுச்சீங்க இன்னும் மழ எத்தன நாளு ஆவும்மோன்னு வரிஞ்சு வரிஞ்சு தண்ணிக்குள்ளேயே கட்டுச்சுங்க

பங்காரு வலக்கட்டய உலக்கையில்ல இடுச்சி அடுப்புல்ல வச்சி அவுச்சி அத்தோட நத்தையையும் அவுச்சி வச்சு துண்ண ஆரம்பிச்சாங்க ரெண்டு நாளா இத்தான் தீணி மயக்கொஞ்சம் ஓய ஆரம்பிச்சது காத்து முச்சிலும் நின்னு போயிருந்துச்சு. ஜனங்க தெருவ எட்டிப் பாத்துச்சுங்க ஊரு மக்கன்ன பழய பூந்தொடப்பம் மாதிரி உளுத்துப் போயிருந்துச்சு. நாய் ஒண்ணு செத்து உடம்புல்ல துளி தோலு இல்லாம வயிட்டிக்கின்னு வெளேறி சுட்ட பன்னி மாதிரி உப்பியிருந்துச்சு. ஏகாம்பரம் ஊட்டு முருங்க மரம் நாலு ஊடுத் தள்ளி பூண்டு செடி மாதிரி காத்து பேத்து பொரட்டிக்கின்னு போய் போட்டிருந்துச்சி ஒருத்தர் ஊட்டு வாசல்லயும் வேலி கெடயாது..தட்டி கெடயாது..சாரலு மேல சாரலடிச்சு எல்லோரு ஊட்டு திண்ணையும் கரைஞ்சுப்போயிந்துச்சி. கோயி கூண்டுல்ல கைய உட்டா கோயிங்க குளிருல்ல செத்து கல்லுமாதிரி சிட்டடங்கட்டி போயிந்துச்சி குளிரும் பசியும் சேந்து வாசல வந்து நின்னா எல்லாருக்கும் ஒடம்புல்ல கரண்ட் அடிச்சமாதிரி உதறலெடுத்துச்சி.

சீனிக்கெயவி காலோடு போவ ஆரம்பிச்சா மூக்க வைக்க முடியாத அளவுக்கு வூடுப்பூரா நீச்ச நாத்தம் கொடல புடுங்குச்சு ராத்திரியிலர்ந்து ஏழுமொற போயிக்குறா. வெளிச்சம் ஏறியிருந்த வானம் திணியும் இருட்டிக்குன்னு வொரப்பா பேய ஆரம்பிச்சது. தீனி இல்லாத மாடுங்க மூஞ்சியில்ல டொக்கு உயுந்துப்போயி வயிறு எக்கிக்குன்னு நாளுக்காலயும் குவிச்சிக்குன்னு உதறலெடுத்துக்குன்னு கைவச்சாலே உயிந்துற மாதிரியே நின்னுயிருந்துச்சிங்க. கன்னுக்குட்டிங்க பாலு இல்லாம அங்க இங்கன்னு கத்துறது கேட்டுக்குன்னேயிந்துச்சி சீனிக்கெயவிய வண்டியில்ல வச்சு மாடு இல்லாம ரெண்டுப்பேரு

நொகத்தடிய புடிச்சு தூக்கிக்கின்னு வண்டிய இயித்துக்குன்னு ஓடுனாங்க. கெயவிக்கிட்ட மருமவக்கூட வந்து நிக்கல்ல ராத்தியிலர்ந்து அவளுங்க எடுத்த பாடுல்ல ஒருத்தி மயக்கம் அடிச்சி மூச்சுப்பேச்சு இல்லாம உய்ந்தேப்போயிட்டா. கிட்டே வந்து நின்னா பொணம் கொமட்டலு புள்ளைங்க அவங்கள தூக்கிகின்னு பின்னாலேயே ஓடுறானுங்க.

மாதாக்கோயில்ல வண்டி தாண்டும்போது கெயவி வாய தொறந்துக்குச்சி. ரத்னம் வண்டிய இயுத்துக்குன்னு ஓடறத நிறுத்திட்டு சொன்னான் கெயுவி செத்துப்போச்சி... வண்டிய ஊட்டுக்கு திருப்புறப்ப தானி அவரு பொண்டாட்டிய ஒரு கையில்ல பொண்ண ஒரு கையில்ல தூக்கின்னு எதிர்ல்ல அலறிக்கின்னு ஓடி வர்றாரு இன்னா ஏதுன்னு கேக்கறதுக்குள்ள தானி பொண்டாட்டி தானி மேலேயே தண்ணி தண்ணியா பேதி கழியுது தானி முதுகெல்லாம் வாந்தி தானிப்பொண்டாட்டிய கீயே கலத்தறதுக்குள்ள தானி பொண்ணு தோள்மேலேயே தல வயுவி முறிச்சக்கோயாட்டம் தல தொங்க ஆரம்பிச்சுச்சு கண்ணு நெலயா நின்னுப்போச்சு. தானி ஐயனாரே ஐயனாரேன்னு தலையில்ல அடிச்சுக்குன்னு கத்த ஆரம்பிச்சாரு. சீனிக்கெயவி பொணத்த மாதாக்கோயில் வாசல்லேயே கெளத்திட்டு ரெண்டுப்பேரயும் ஏத்திக்குன்னு வண்டிய இயித்துக்குன்னு திரும்பவும் ஓட ஆரம்பிச்சாங்க. ஓடறவனுங்களுக்கு கையிலயும் வலு இல்ல காலுலயும் சத்து இல்ல. ஒரு ஒருத்தன் மூஞ்சிலயும் மய வேப்பில்ல கொத்துல்ல அடிக்குறாட்டம் பளீர் பளீருன்னு சுத்தி சுத்தி அடிக்குது தர்ம ஆஸ்பத்திரி வாசல்ல வண்டி வந்து நின்னுச்சி ஆஸ்பத்திரில்ல ஒரு நர்ஸம்மா மட்டும் இருந்தாங்க அவங்க தானிப்பொண்ணையும் பொண்டாட்டியையும் பாத்துட்டு தானிப்பொண்ணு எறந்துடுச்சி. இவங்களும் பொழக்கமாட்டாங்க. நீங்க காலரா ஆஸ்பத்திரிக் குத்தான் இட்டுக்குன்னுப்போணும்ன்னு சொன்னாங்க. அதுக்கப்புறம் ஊர் நெலவரத்த இன்னா ஏதுன்னு முழுசா கேட்டு தெரிஞ் சுக்குனாங்க அதுக்குள்ள இன்னும் ரெண்டு வண்டி காலனியிலர்ந்து இயித்துக்குன்னு வந்து சேர்ந்தாங்க.

தானி பொண்டாட்டி பக்கத்துல்ல உக்காந்துக்குன்னு அழுதுன்னுந் தாரு. அவர யாரும் இன்னா ஏதுன்னு கேக்கல்ல ஏன்னா வரவன்லாம் சாவோடு வர்றான் இல்ல சாவறாட்டம் வர்றான். நர்ஸ் டெலிபோனில் காலராட்டம் தெரியுதுன்னு சொல்லின்னுருந்தாங்க. ஊருல்ல செத்தவங்க பேரு சொல்லும்போது மொதல்ல சீனிக்கெயவி பேரு இருந்துச்சி. இப்போ தானிப்பொண்டாட்டி பேரும் சேர்ந்துகிச்சி. வடிவேல் கங்கம்மா கோயிலு வாசல்ல அங்காளம்மா எறங்கி ஆடின்னுயிருந்தாரு. அவரோடு கொறவன் பொண்டாட்டியும் நாகம்மாவும் ஆடின்னுயிருந்தாங்க. வடிவேலு மேலயிருந்த அங்காளம்மா.

“ஒரு உயிர் கோயாது கொடுங்க.. அப்போதான் காத்துமழயையும் நிறுத்துவேன்.”

ஜனங்க வடிவேலு மேல இருக்குற அங்காளம்மாவப்பாத்து

“தவடப்பல்லுக்கொட்டிப்புடும் வந்த வயிப்பாத்து போயிடு”ன்னு நைனார் அண்ணன் ஓரக்கப்பேசுனதும் தான் தாமசம் அங்காளம்மன் பட்டுன்னு மலயேறிடிச்சு.

தானி பொண்டாட்டியும் பொண்ணையும் ஊருக்குள்ள எடுத்துக்குன்னுப்போவாம்ம நேரா சுடுகாட்டுக்கு எடுத்துக்குன்னு போனாங்க. உள்ளான அவர் பொண்டாட்டியும் புள்ளைங்களும் ஆஸ்பத்திரிக்கு தூக்கின்னு ஓடுனாங்க.

“அங்க யாரும் இல்ல அங்க எதுக்குக்குடா தூக்கிக்கின்னு போறீங்க”ன்னு

ஒருத்தன் வெறிவந்தவனாட்டம் கத்துனான் அதுக்கப்புறம் அவன் அழ ஆரம்பிச்சான்

“தெய்வமே உனக்கு எறக்கமே கெடயாத சுத்தி சுத்தி எங்கல்லயே செவட்டி அடிக்குறீயே”

தயாளன் அவன் அஞ்சு வயசுப்பொண்ணத்தூக்கிக்கின்னு பியாத்தா ஊட்டுத்தட்டிய தட்டுன்னா ஒரு சத்தமும் இல்ல தட்டிய தள்ளுண்ணா ஊட்டுலர்ந்து நாலஞ்சு நாயுங்க ஓட ஆரம்பிச்சது. நாத்தம் குபுக்குன்னு வந்து தயாளத்துக்கு கண்ணுல்ல தண்ணி கலங்கி வாயில்ல பித்தம் சொரந்துக்குச்சு ஊட்டுக்குள்ள பீயாத்தா பிறந்த மேனியா உயிந்துப்போயிக்குறா அவ கழிஞ்ச பேதிய நாயுங்க நக்கிக்குன்னு இருக்குதுங்க தயாளன் அவன் கொயந்தய தூக்கிக்குன்னு ஓடுறான். அவன் கொயந்த தலய தொங்கப்போட்டுச்சு. அவனால்ல ஓட முடியுல்ல..காலு ரெண்டும் பின்னிக்குச்சி..கண்ணு இருட்டிக்குச்சி தயாளன் ஓடியாறதவச்சு அவன் பொண்டாட்டி அறிஞ்சுக்குன்னா புள்ள செத்துப்போச்சின்னு.

ஜனங்க மைக்கா போத்திக்கின்னு வெக்கம் சிக்கம் பாக்காம வாசல்லயும் தெருவுல்லயும் கொல்ல கொல்லயா உக்காந்துக்குன்னு கழிஞ்சிக்குன்னும் கழிஞ்சது மேலயே சுருண்டு சுருண்டு படுத்துக்குச்சுங்க

பட்டணத்துக்கு காலரா ஆஸ்பத்திரிக்கு நூத்துக்கும் மேல ஜனங்க வெள்ளாயன் மூட்டு டிராக்டருல்ல ஏத்திக்குன்னு டிராக்டருங்க பறந்துச்சு இது வரிக்கும் இருவத்தொம்பது பேர் செத்துட்டாங்க மொத்த பொணத்தையும் மொத்தமா போட்டு கொளுத்த ஆரம்பிச்சாங்க தீ ஒரு பன மரத்த தாண்டி எரிய ஆரம்பிச்சது

ஊருல்ல நின்னு அழ ஆறும் இல்ல..உடம்புல்ல வலுவும் இல்ல.. வயித்துல்ல ஈரமும் இல்ல

ஊரு பூரா கலெக்டரு..தாசில்தாரு..டாக்டரு..எம்எல்ஏன்னு போலீஸின்னு குமிஞ்சிக்குன்னேயிருந்தாங்க பட்டணதுக்கு போறதுக்கு முன்னால்ல ஊரு உஸ்க்கூல தொறந்து தரையில படுக்கவச்சு குளுக்கோஸ் ஏத்துனாங்க. அதுல்ல ரெண்டுபேரு செத்துட்டாங்கன்னு தகவல். யாரு எப்ப செத்தாங்க எப்ப சாவாங்கன்னு எதுவும் தெரியாம மயக்கம் அடைஞ்சுக்குன்னும் பிதிறிக்கணும் தூக்க ஆளு இல்லாம்ம கிட்ட வந்து நின்னு இன்னாப்பண்ணுதுன்னு கேக்க நாதியில்லாம்ம உய்ந்தது உய்ந்ததுதான். ஒரே ராத்திரி ஊரே நாதியத்துப்போச்சு.

ஆறுமுகம் ஊட்டுப்பக்கம் சத்தம் கேட்டு ரெண்டுப்பேரு ஓடுனாங்க அங்கே ஆறுமுகத்து வண்டி எருது நாக்க தள்ளிக்குன்னு தலய தரயில்ல குத்தி கயுத்த மடிச்சிக்கின்னு உய்ந்துப்போயிருந்தது. இன்னா ஏதுன்னு தெரியில்ல சூத்துப்பூரா வெளியதள்ளி அதுல்லந்து திரவமாதிரி சாணி கப்பு அடிச்சுக்குன்னு வழிஞ் சுக்குன்னேயிந்துச்சி மாடு செத்ததப்பாத்து தாளாத ஆறுமுகம் கொட்டாயிலேயே தூக்கு மாட்டிக்குன்னா ஆறுமுகம் பொண்டாட்டி எகிறிஎகிறி குச்சா ஊருக்காருங்க மாட்டயும் எரிக்கறதுன்னு முடிவுப்பண்ணாங்க. மாடு சுடுகாட்டுக்கு வரும்போது அதுக்கு முன்னாடி ஆறுப்பொணம் அங்கத்துல்ல துளி துணியில்லாம கொளுத்துறதுக்கு காத்துக்குன்னுயிருக்குறதா சொன்னாங்க எவன் ஊட்டு பொம்பள மேல துணியில்லன்னாலும் யாரும் கவலபடல்ல தானி பள்ளிக்கூட வாசல்ல தனியா அழுதுக்குன்னு இருந்தார் அவர் பையன் புத்தர் கண்ணெல்லாம் குயி உய்ந்து வாய் பொளந்து கை காலெல்லாம் முறுக்கின்னுயிருந்துச்சு. அவனும் செத்துடுவான்னு நர்ஸம்மா சொன்னாங்க ரத்னம் வண்டிய எடுத்தாந்து தூர வச்சுட்டு நின்னுக்குன்னு இருந்தாரு.

நத்த துன்னதுத்தான் இவங்களுக்கு வாந்தி பேதி வந்ததுக்கு காரணம்ன்னு செய்திக்காரங்ககிட்டே டாக்டரு சொல்லிக் குன்னுயிருந்தாரு. அதுக்கு அந்த செய்திக்காரங்கல்ல ஒருத்தர் கால காலமா நத்தத்துன்னு வந்தவங்க தானே இப்ப மட்டும் ஏன் வாந்தி பேதி வந்துச்சுன்னு கேட்டாரு அதுக்கு டாக்டரு கால மாறிக்குன்னேயிருக்குதுல்ல அன்னிக்கு இருந்த ஒடம்பு அத தாங்குச்சு அதே ஒடம்பு இப்ப இருக்குதான்னாரு தானி மொல்லம்மா எய்ந்து நடக்க ஆரம்பிச்சாரு அப்போ ஒருத்தன் வந்து உங்கப்பையன் கூப்பிடுறான்னு சொல்ல தானி புத்தர் பக்கத்துல்ல போய் நின்னார். அவன் கண்ணு நல்லா காய்ஞ்சி அசையாம நின்னுப்போச்சி ஈயுங்க அதுக்குமேல ஒக்காந்து ஒக்காந்து எயுந்துச்சிங்க தானி எதுவும் பேசல்ல மொல்லம்மா நடக்க ஆரம்பிச்சாரு உஸ்கூல் செவுத்துமேல

நத்தைங்க வரிசையா ஊர்ந்துக்குன்னு இருந்துச்சி ஒரு நத்தய எடுத்து பாத்தாரு நத்த டக்குன்னு அத்த உள்ளியுத்துக்குச்சி தானி நத்தைக்கு முத்தம் கொடுத்தார். அந்த நத்தய ஓங்கித்தரையில்ல அடிச்சார். நத்த ஓடு தரையில்ல பட்டு நொறுங்கி செதுரிச்சி திணியும் ஒரு நத்தய எடுத்தாரு அதேமாதிரி முத்தங்கொடுத்தார். தரையில்ல அடிச்சார் தெருவெல்லாம் நத்தைங்க செத்துக்கெடந்துச்சி. தானி தரயில்ல உக்காந்துக்குன்னு ஒரு நத்தய பச்சையா முழுங்க ஆரம்பிச்சாரு.

7

சாவறது கட்டுப்பாட்டுக்குள்ள வந்துடுச்சு. பட்டணம் காலரா ஆஸ்பத்திரிக்கு போனவங்க ஊடு திரும் பிட்டாங்க அதுக்கு மறுநா சுகாதார அதிகாரிகள் வந்து காலனியாட்களக் கூப்புட்டு வச்சு பேசுனாங்க. காலம் மாறிப் போச்சு இன்னும் காட்டுவாசி மாதிரி ஏரி கொளம் குட்டயில்ல இருக்குறதெல்லாம் துண்ணுக்கினு இருக்கக்கூடாது. இனிமேல சுத்தமா இருக்க கத்துக்குங்க நத்த நண்டு இத்தையெல்லாம் இனிமே சாப்பிடவே கூடாது. எது சாப்பிட்டாலும் நல்லா வேகவச்சி சாப்படணும். தெனம் குளிக்கணும் குளிக்கும்போது கை நகம் விரல் இடுக்கு எல்லாம் சோப்புப்போட்டு நல்லா தேய்ச்சிக்கழுவுணும் வெளியே போய் வீட்டுக்கு வரும்போது கைகால் முகம் கழுவி சுத்தமான்னு பேசிக்குன்னுயிருந்தார்

மருந்துக்கட செட்டியார் அனுப்புன்ன சாம்பார் சோறு பொட்டலத்த வாங்கறதுக்கு இத்தையெல்லாம் கேட்டுக்குன்னு காலனியாளுங்க உக்காந்துன்னு இருந்தாங்க..